SÁCH THỰC PHẨM ĐƯỜNG PHỐ NEW ZEALAND TUYỆT VỜI

Nắm vững thủ công chế biến bánh quy giòn

Tiên Ánh

Tài liệu bản quyền ©2023

Đã đăng ký Bản quyền

Không phần nào của cuốn sách này được phép sử dụng hoặc truyền đi dưới bất kỳ hình thức nào hoặc bằng bất kỳ phương tiện nào mà không có sự đồng ý bằng văn bản thích hợp của nhà xuất bản và chủ sở hữu bản quyền, ngoại trừ những trích dẫn ngắn gọn được sử dụng trong bài đánh giá. Cuốn sách này không nên được coi là sự thay thế cho lời khuyên về y tế, pháp lý hoặc chuyên môn khác.

MỤC LỤC

GIỚI THIỆU 6
BỮA SÁNG 8
   1. Rewena Paraoa (Bánh mì Maori) 9
   2. Kumara (Khoai lang) Rösti 11
   3. Bánh nướng New Zealand 13
   4. Sinh Tố Kiwi Và Chuối 15
   5. Bánh xèo Hokey Pokey 17
   6. Bát sinh tố Feijoa và chuối 19
   7. Bánh nướng xốp phô mai và hành tây 21
   8. Muesli nướng New Zealand 23
   9. Pikelets với sữa đông chanh 25
   10. Trứng tráng trai môi xanh 27
   11. Kumara và thịt xông khói Trứng trộn thịt chiên 29
   12. Sinh tố Kiwi và Bơ 31
   13. Bánh trứng và thịt xông khói New Zealand 33
   14. Bánh mì cá hồi hun khói với kem phô mai 35
   15. Trà gừng và mật ong Manuka 37
   16. Thịt lợn và Puha (Gieo cây kế) Bữa sáng Hàm băm 39
   17. Gói bữa sáng Hangi 41
   18. Bánh nướng phô mai mặn 43
MÓN ĂN VÀ MÓN KHAI THÁC **45**
   19. hành nhúng 46
   20. Bánh mì nướng mật ong Mānuka với Ricotta 48
   21. Điệu Salsa Kiwi trên bánh mì nướng 50
   22. hokey pokey 52
   23. Quảng trường New Zealand 54
   24. cá chiên trắng 56
   25. Bánh phô mai Miền Nam 58
   26. Cuộn phô mai và Soong 60
   27. Kumara (Khoai lang) khoai tây chiên với Aioli 62
   28. Rán hẹ xanh 64
   29. Bánh rán Paua (Bào ngư) 66
   30. Chong chóng rau bina và Feta 68
   31. Xúc xích heo và cải xoong cuộn 70
   32. Món bánh nhân thịt New Zealand 72
   33. Thịt cừu Koftas với sữa chua nhúng bạc hà 74
   34. Pate Kahawai hun khói 76
   35. Hạnh nhân nướng mật ong Mānuka và hương thảo 78
   36. Cocktail tôm 80

37. BÁNH BAO THỊT LỢN VÀ BẮP CẢI 82
38. BÍ NGÒI NƯỚNG VÀ XIÊN FETA 84

MÓN CHÍNH 86

39. MÓN MÌ VỚI SÒ NEW ZEALAND 87
40. CÁ HỒI NEW ZEALAND TRONG THẠCH BƠ CHANH 89
41. THỊT CỪU NEW ZEALAND ƯỚP TRÊN VỈ NƯỚNG 91
42. MÓN ĐUÔI BÒ HẦM NEW ZEALAND 93
43. CÁ HỒNG NEW ZEALAND NƯỚNG LÒ 95
44. CÁ HỒI NEW ZEALAND NƯỚNG VỚI ĐIỆU SALSA XOÀI 97
45. XA LÁT ĐẬU BƠ NEW ZEALAND NƯỚNG 100
46. THỊT CỪU NƯỚNG SỐT MÙ TẠT MẬT ONG 103
47. BÁNH NGỌT NEW ZEALAND 105
48. THỊT CỪU NƯỚNG VỚI HƯƠNG THẢO VÀ TỎI 108
49. GÀ VÀ RAU KIỂU HANGI 110
50. PAELLA VẸM MÔI XANH 112
51. BÁNH NHÂN THỊT VÀ NẤM NEW ZEALAND 114
52. CÀ RI XANH PĀUA (BÀO NGƯ) XÀO 117
53. CÁ TUYẾT XANH NƯỚNG VỚI CHANH VÀ BƠ THẢO MỘC 119
54. THỊT NAI VÀ RƯỢU VANG ĐỎ SOONG 121
55. THỊT CỪU VÀ RAU HẦM KIỂU HĀNGĪ 123
56. REWENA PARAOA (BÁNH MÌ MĀORI) BURGER 125
57. ĐUÔI TÔM CÀNG XANH (TÔM HÙM ĐÁ) SỐT BƠ TỎI 127
58. THỊT CỪU CÀ RI XANH NEW ZEALAND 129
59. GÀ NHỒI THỊT HANGĪ 131
60. MÓN LUỘC CỦA NGƯỜI MAORI 133
61. TACOS CÁ TUYẾT XANH 135
62. GÀ TRÁNG MEN KIWI 137

SÚP VÀ SÚP 139

63. SÚP HẾN MÔI XANH 140
64. KUMARA (KHOAI LANG) VÀ SÚP BÍ NGÔ 142
65. KUMARA (KHOAI LANG) VÀ SÚP THỊT XÔNG KHÓI 144
66. SÚP HẾN MÔI XANH 146
67. SÚP BÍ NGÔ VÀ BÀO NGƯ 148
68. SÚP TRAI VÀ KHOAI TÂY 150
69. SÚP BÍ NGÔ VÀ THỊT XÔNG KHÓI 152
70. KŪMARA VÀ SÚP DỪA 154
71. SÚP ĐẬU XANH VÀ GIĂM BÔNG 156
72. SÚP THỊT LỢN VÀ CẢI XOONG 158
73. SÚP LƠ HẢI SẢN NEW ZEALAND 160
74. SÚP RAU HANGĪ 162

BÊN VÀ XA LÁT 164

75. GRATIN RAU BINA NEW ZEALAND 165
76. ĐẬU NƯỚNG LẤY CẢM HỨNG TỪ HĀNGĪ 167

77. Xa lát Kūmara và rau bina với Halloumi nướng 169
78. Đóng hộp rau bina New Zealand 171
79. Xa lát New Zealand ba màu 173
80. Xa lát gạo lứt và quả Kiwi New Zealand 175
81. Cam New Zealand với cơm đu đủ và Điệu Salsa 177
82. Kūmara (Khoai lang) nêm 180
83. Khoai tây Quay lại 182
84. Xa lát khoai tây New Zealand 184
85. Kīnaki Xa lát (Xa lát cà chua và bơ) 186
86. Xà lách trộn với táo và quả óc chó 188
87. Điệu Salsa cây kế 190

TRÁNG MIỆNG VÀ NGỌT NGÀO 192
88. Bánh Xốp New Zealand 193
89. Bánh phô mai Kiwi New Zealand 195
90. Pavlova New Zealand 198
91. Tim Tâm Chết đuối 200
92. Kem Hokey Pokey 202
93. Feijoa vỡ vụn 204
94. Mật ong Mānuka và bánh quả óc chó 206
95. Quả mâm xôi và sô cô la trắng 208
96. Bánh quy Afghanistan 210
97. Quả Kiwi và Dâu Tây 212
98. Bánh Kẹo 214
99. Bánh quy Anzac 216
100. Bánh pudding hấp si-rô vàng 218

PHẦN KẾT LUẬN 220

GIỚI THIỆU

Kia ora, một lời chào chân thành cộng hưởng với sự ấm áp và hiếu khách của New Zealand, đồng thời chào mừng bạn đến với cuộc phiêu lưu ẩm thực không giống ai— "Cuốn sách ẩm thực đường phố New Zealand tuyệt đỉnh". Cuốn sách nấu ăn này không chỉ là một tuyển tập các công thức nấu ăn; đó là sự hòa mình vào nhịp đập của những con phố nhộn nhịp ở Aotearoa, nơi mỗi món ăn đều kể một câu chuyện và mỗi món ăn đều gói gọn tấm thảm phong phú về những ảnh hưởng văn hóa đã định hình nên trải nghiệm ẩm thực đường phố Kiwi.

Khi bạn lật các trang của cuốn sách nấu ăn này, hãy tưởng tượng mình đang đi dạo qua những khu chợ sôi động và những con phố sôi động của New Zealand, nơi mùi thơm của những món nướng nóng hổi và hương thơm hấp dẫn của các loại gia vị lạ miệng hòa quyện vào nhau. Thức ăn đường phố của New Zealand là một lễ kỷ niệm—một bức tranh khảm rực rỡ của các hương vị phản ánh sự kết hợp đa dạng của truyền thống ẩm thực, từ ẩm thực Maori bản địa đến các cộng đồng đa dạng ở Thái Bình Dương và những ảnh hưởng toàn cầu đã tạo nên ngôi nhà ở thiên đường Thái Bình Dương này.

Trong sự hối hả và nhộn nhịp của đường phố New Zealand, ẩm thực là một phần không thể thiếu trong cơ cấu xã hội. Đó là một trải nghiệm vượt xa sự nuôi dưỡng đơn thuần—đó là một công việc chung, một niềm vui chung gắn kết mọi người lại với nhau. Cuốn sách nấu ăn này mở rộng lời mời tham gia vào trung tâm văn hóa ẩm thực đường phố Kiwi, nơi mỗi công thức nấu ăn là tấm hộ chiếu đến các chợ thực phẩm sôi động, các xe bán đồ ăn đa dạng và các quầy hàng duyên dáng trên đường phố, mang đến một kính vạn hoa về hương vị và kết cấu.

Chuẩn bị dấn thân vào một cuộc phiêu lưu ẩm thực vượt xa những điều bình thường. Khám phá nghệ thuật đằng sau các món ăn Kiwi mang tính biểu tượng, tái hiện lại các món ăn cổ điển truyền thống với nét hiện đại và đi sâu vào sự kết hợp sáng tạo đặc trưng cho nền ẩm thực đường phố năng động của New Zealand. Cho dù bạn là một người đam mê ẩm thực dày dạn hay mới bắt đầu vào bếp, hãy coi cuốn sách nấu ăn này là hướng dẫn cá nhân để tái tạo hương vị đích thực của món ăn đường phố New Zealand ngay tại trung tâm ngôi nhà của bạn.

Vì vậy, khi chúng ta cùng nhau hành trình qua những con phố sôi động của Aotearoa, hãy cùng tôn vinh những hương vị, những câu chuyện và niềm vui chung khi thưởng thức những món ăn đường phố tuyệt vời nhất của New Zealand. Từ những món ăn cổ điển mang tính biểu tượng cho đến công thức tiên phong, mỗi công thức nấu ăn là một bức ảnh chụp nhanh về ẩm thực, một câu chuyện đầy hương vị bày tỏ lòng tôn kính đối với các nền văn hóa và cộng đồng đa dạng đã tạo nên tấm thảm phong phú của văn hóa ẩm thực đường phố New Zealand.

Hãy tham gia cùng chúng tôi trong hành trình khám phá ẩm thực này, nơi hương vị của mỗi món ăn là một sự tôn vinh và mỗi công thức nấu ăn đều là sự tôn vinh dành cho nền văn hóa mà chúng đại diện. Khi bạn mang đường phố New Zealand vào nhà bếp của mình, mong rằng niềm vui chung của niềm đam mê sẽ là lời nhắc nhở về trải nghiệm sôi động và đầy hương vị của món ăn đường phố Kiwi. Chào mừng bạn đến với cuộc hành trình của hương vị, truyền thống và sức quyến rũ đầy mê hoặc của những con phố ở Aotearoa—nấu ăn vui vẻ!

BỮA SÁNG

1. Rewena Paraoa (Bánh mì Maori)

THÀNH PHẦN:
- 3 chén bột mì
- 1 cốc bột chua (rewena)
- 1 thìa cà phê đường
- 1 thìa cà phê muối
- Nước ấm (nếu cần)

HƯỚNG DẪN:
a) Trong một tô lớn, trộn bột mì, bột chua, đường và muối.
b) Dần dần thêm nước ấm và nhào cho đến khi bạn có khối bột mềm, đàn hồi.
c) Đậy nắp và để ở nơi ấm áp trong vài giờ hoặc qua đêm.
d) Làm nóng lò ở nhiệt độ 180°C (350°F).
e) Nặn bột thành một ổ bánh tròn và đặt lên khay nướng.
f) Nướng trong 30-40 phút hoặc cho đến khi có màu vàng nâu.
g) Để bánh nguội trước khi cắt và phục vụ.

2.Kumara (Khoai lang) Rösti

THÀNH PHẦN:
- 2 cốc kumara (khoai lang) bào sợi
- 1 quả trứng, đánh bông
- 2 thìa bột mì
- Muối và hạt tiêu cho vừa ăn
- Dầu ô liu để chiên

HƯỚNG DẪN:
a) Trộn kumara bào, trứng đánh, bột mì, muối và hạt tiêu vào tô.
b) Đun nóng dầu ô liu trong chảo trên lửa vừa.
c) Múc hỗn hợp kumara vào chảo, tạo thành những miếng nhỏ.
d) Nấu cho đến khi vàng nâu cả hai mặt.
e) Ăn nóng với các món ăn sáng yêu thích của bạn.

3.Bánh nướng New Zealand

THÀNH PHẦN:
- 4 chén bột mì tự nuôi
- 1 lon Seven-up
- 300 ml Kem (hoặc 1 1/2 cốc)

HƯỚNG DẪN:
a) Trong một cái bát, trộn bột mì tự nâng, Seven-up và kem.
b) Dùng dao cắt các nguyên liệu lại với nhau cho đến khi vừa trộn.
c) Xé từng miếng bột có kích thước xấp xỉ bằng bánh nướng xốp.
d) Đặt các miếng bột lên một tấm bánh quy.
e) Vỗ nhẹ phần trên của mỗi miếng bột.
f) Nướng trong lò làm nóng trước ở nhiệt độ 220°C (425°F) trong khoảng 12 phút hoặc cho đến khi bánh nướng có màu vàng nâu.

4. Sinh Tố Kiwi Và Chuối

THÀNH PHẦN:
- 2 quả chuối chín
- 2 quả kiwi, gọt vỏ và thái lát
- 1 cốc sữa chua nguyên chất
- 1 cốc sữa
- 1 thìa mật ong
- Đá viên (tùy chọn)

HƯỚNG DẪN:
a) Trong máy xay sinh tố, kết hợp chuối, kiwi, sữa chua, sữa và mật ong.
b) Trộn cho đến khi mịn và kem.
c) Thêm đá viên nếu muốn và xay lại.
d) Đổ vào ly và dùng ngay.

5.Bánh xèo Hokey Pokey

THÀNH PHẦN:
- 1 cốc bột mì đa dụng
- 2 thìa đường
- 1 thìa cà phê bột nở
- 1/2 muỗng cà phê baking soda
- 1/4 thìa cà phê muối
- 1 cốc bơ sữa
- 1 trứng lớn
- 2 muỗng canh bơ tan chảy
- 1/2 cốc kẹo hokey pokey (hoặc tổ ong), nghiền nát

HƯỚNG DẪN:

a) Trong một cái bát, trộn đều bột mì, đường, bột nở, baking soda và muối.

b) Trong một tô khác, trộn đều bơ sữa, trứng và bơ tan chảy.

c) Đổ nguyên liệu ướt vào nguyên liệu khô và khuấy đều cho đến khi vừa kết hợp.

d) Gấp kẹo pokey hokey nghiền nát vào.

e) Nấu bánh kếp trên vỉ nướng hoặc chảo cho đến khi vàng nâu cả hai mặt.

6.Bát sinh tố Feijoa và chuối

THÀNH PHẦN:
- 2 quả chuối chín
- 1 cốc Feijoas gọt vỏ và cắt nhỏ
- 1/2 cốc sữa chua Hy Lạp
- 1/4 chén yến mạch cán
- 1 thìa mật ong
- Topping: chuối thái lát, granola, dừa nạo

HƯỚNG DẪN:

a) Trộn chuối, hoa phong lữ, sữa chua Hy Lạp, yến mạch và mật ong cho đến khi mịn.

b) Đổ sinh tố vào tô.

c) Phủ chuối thái lát, granola và dừa vụn lên trên.

7.Bánh nướng xốp phô mai và hành tây

THÀNH PHẦN:
- 2 chén bột mì đa dụng
- 1 muỗng canh bột nở
- 1/2 muỗng cà phê baking soda
- 1/2 thìa cà phê muối
- 1 cốc phô mai cheddar bào
- 1/2 chén hành đỏ thái nhỏ
- 1 cốc sữa
- 1/2 chén dầu thực vật
- 1 trứng lớn

HƯỚNG DẪN:

a) Làm nóng lò nướng ở nhiệt độ 200°C (400°F) và lót giấy lót vào khuôn muffin.

b) Trong một tô lớn, trộn bột mì, bột nở, baking soda và muối.

c) Khuấy phô mai bào và hành tây cắt nhỏ.

d) Trong một bát riêng, trộn sữa, dầu thực vật và trứng.

e) Đổ nguyên liệu ướt vào nguyên liệu khô và khuấy đều cho đến khi vừa kết hợp.

f) Múc bột vào khuôn muffin và nướng trong 15-18 phút hoặc cho đến khi tăm rút ra sạch.

8. Muesli nướng New Zealand

THÀNH PHẦN:
- 1/2 cốc mật ong New Zealand
- 2 muỗng canh dầu, tùy thích
- 3 chén yến mạch nguyên hạt hoặc cán mỏng
- 1/2 chén dừa vụn hoặc vụn
- 1/2 chén hạt
- 1/2 chén hạt
- 1 cốc trái cây sấy khô

HƯỚNG DẪN:
a) Kết hợp mật ong và dầu trong chảo trên lửa vừa. Nấu và khuấy thường xuyên trong 4 phút - không để cháy.

b) Làm nóng lò ở nhiệt độ 150° Lót giấy nướng vào khay nướng lớn, sâu lòng.

c) Kết hợp tất cả các thành phần còn lại ngoại trừ trái cây khô vào tô lớn. Đổ hỗn hợp mật ong ấm lên. Trộn đều để kết hợp.

d) Trải đều hỗn hợp lên đáy đĩa. Nướng trong 25 đến 30 phút, khuấy đều 10 phút một lần hoặc cho đến khi vàng và nướng. Lấy ra khỏi lò và thêm trái cây khô vào, trộn đều.

e) Đặt sang một bên để nguội hoàn toàn khi muesli đã hình thành một số cụm giòn.

f) Nghiền nát các cụm này khi bạn cho muesli vào hộp kín để bảo quản.

9.Pikelets với sữa đông chanh

THÀNH PHẦN:
- 1 cốc bột mì đa dụng
- 1 thìa cà phê bột nở
- 2 thìa đường
- 1/2 cốc sữa
- 1 trứng lớn
- Bơ để nấu ăn
- Sữa đông chanh để làm topping

HƯỚNG DẪN:
a) Trong một cái bát, trộn đều bột mì, bột nở, đường, sữa và trứng.
b) Làm nóng vỉ nướng hoặc chảo và thêm một ít bơ.
c) Múc một lượng nhỏ bột lên vỉ nướng để tạo thành những chiếc bánh pikelet.
d) Nấu cho đến khi nổi bong bóng trên bề mặt thì lật mặt kia lại.
e) Ăn kèm với một ít sữa đông chanh.

10. Trứng tráng trai môi xanh

THÀNH PHẦN:
- 4 quả trứng lớn
- 1/4 cốc sữa
- Muối và hạt tiêu cho vừa ăn
- 1/2 chén vẹm xanh nấu chín, xắt nhỏ
- 1/4 chén phô mai feta, vụn
- Các loại thảo mộc tươi (rau mùi tây, hẹ) để trang trí

HƯỚNG DẪN:
a) Trong một cái bát, trộn đều trứng, sữa, muối và hạt tiêu.
b) Đổ hỗn hợp vào chảo nóng đã phết dầu mỡ.
c) Rắc trai xắt nhỏ và feta vụn lên một nửa món trứng tráng.
d) Gấp nửa còn lại lên trên phần nhân và nấu cho đến khi trứng chín.
e) Trang trí với các loại thảo mộc tươi trước khi phục vụ.

11. Kumara và thịt xông khói Trứng trộn thịt chiên

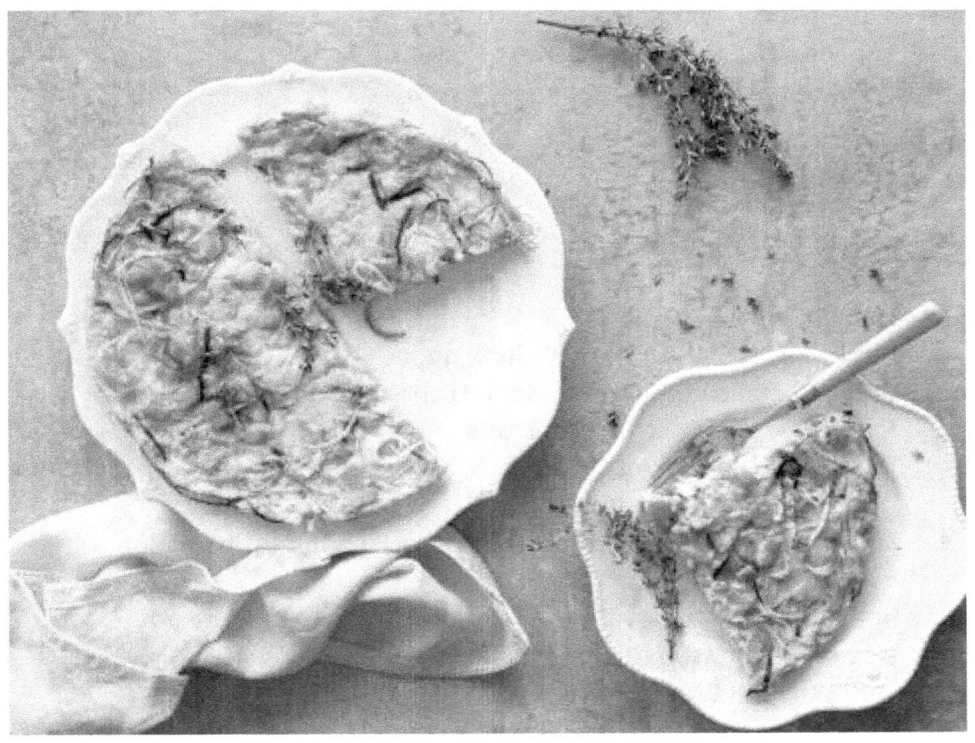

THÀNH PHẦN:
- 2 cốc kumara (khoai lang), gọt vỏ và thái hạt lựu
- 6 quả trứng
- 1/2 cốc sữa
- Muối và hạt tiêu cho vừa ăn
- 200g thịt xông khói, cắt nhỏ
- 1 củ hành tây, thái nhỏ
- 1 cốc phô mai cheddar bào
- Dầu ô liu để nấu ăn

HƯỚNG DẪN:

a) Làm nóng lò ở 180°C (160°C dùng quạt).

b) Luộc hoặc hấp kumara thái hạt lựu cho đến khi mềm.

c) Trong một cái bát, trộn đều trứng, sữa, muối và hạt tiêu.

d) Trong chảo chịu nhiệt, xào thịt xông khói và hành tây trong dầu ô liu cho đến khi hành tây trong suốt.

e) Thêm kumara đã nấu chín vào chảo và đổ hỗn hợp trứng lên trên.

f) Rắc đều phô mai bào.

g) Nấu trên bếp trong vài phút, sau đó chuyển vào lò nướng và nướng cho đến khi trứng trộn thịt chiên chín và có màu vàng nâu.

12. Sinh tố Kiwi và Bơ

THÀNH PHẦN:
- 2 quả Kiwi chín, gọt vỏ và thái lát
- 1 quả bơ chín, gọt vỏ và bỏ hột
- 1 chén lá rau bina
- 1/2 cốc sữa chua Hy Lạp
- 1 thìa mật ong
- 1 cốc sữa hạnh nhân
- Đá viên (tùy chọn)

HƯỚNG DẪN:

a) Trong máy xay sinh tố, kết hợp trái kiwi, quả bơ, rau bina, sữa chua Hy Lạp, mật ong và sữa hạnh nhân.
b) Xay đến khi mịn.
c) Thêm đá viên nếu muốn và xay lại.
d) Đổ vào ly và thưởng thức sinh tố kiwi và bơ sảng khoái.

13. Bánh trứng và thịt xông khói New Zealand

THÀNH PHẦN:
- 1 gói bánh phồng
- 4 lát thịt xông khói nấu chín và cắt nhỏ
- 1/2 củ hành tây thái hạt lựu
- 8 quả trứng chia
- 1/4 cốc sữa
- Muối và hạt tiêu cho vừa ăn

HƯỚNG DẪN:
a) Làm nóng lò trước ở 350 độ.
b) Xếp lớp chảo gang với 1 tấm bánh Puff. Thêm thịt xông khói vào đáy bánh ngọt. Nhẹ nhàng đập 6 quả trứng lên trên.
c) Trong một bát nhỏ đánh đều trứng và sữa còn lại. Nêm với muối và hạt tiêu. Gấp hành tây và đổ trứng vào chảo. Nướng trong 35-40 phút hoặc cho đến khi trứng chín.

14. Bánh mì cá hồi hun khói với kem phô mai

THÀNH PHẦN:
- 4 bánh mì tròn, giảm một nửa và nướng
- 200g cá hồi hun khói
- 1 cốc kem phô mai
- 1 củ hành đỏ, thái lát mỏng
- Nụ bạch hoa để trang trí
- Thì là tươi để trang trí
- nêm chanh

HƯỚNG DẪN:
a) Phết phô mai kem lên mỗi nửa bánh mì nướng.
b) Phủ cá hồi hun khói, lát hành tây đỏ và nụ bạch hoa lên trên.
c) Trang trí với thì là tươi.
d) Ăn kèm với chanh ở bên cạnh.

15. Trà gừng và mật ong Manuka

THÀNH PHẦN:
- 2 cốc nước nóng
- 2 thìa cà phê mật ong Manuka
- Miếng gừng tươi 1 inch, thái lát mỏng
- Nước ép của nửa quả chanh

HƯỚNG DẪN:
a) Đổ nước nóng vào cốc.
b) Thêm mật ong Mānuka và khuấy cho đến khi hòa tan.
c) Thêm lát gừng và để yên trong 5 - 7 phút.
d) Vắt nước cốt chanh vào trà.
e) Khuấy và thưởng thức trà gừng và mật ong Mānuka nhẹ nhàng này.

16. Thịt lợn và Puha (Gieo cây kế) Bữa sáng Hàm băm

THÀNH PHẦN:
- 1 chén thịt lợn nấu chín và thái hạt lựu
- 2 chén khoai tây thái hạt lựu, luộc chín
- 1 chén lá puha (hoặc thay thế bằng rau bina)
- 1 củ hành tây, thái nhỏ
- 2 tép tỏi, băm nhỏ
- Muối và hạt tiêu cho vừa ăn
- Dầu ô liu để nấu ăn

HƯỚNG DẪN:
a) Trong chảo, đun nóng dầu ô liu trên lửa vừa.
b) Thêm hành tây và tỏi xắt nhỏ, xào cho đến khi mềm.
c) Thêm thịt lợn thái hạt lựu và khoai tây, nấu cho đến khi chín vàng.
d) Khuấy lá puha và nấu cho đến khi héo.
e) Nêm muối và hạt tiêu, dùng nóng.

17. Gói bữa sáng Hangi

THÀNH PHẦN:
- 4 bánh bột mì lớn
- 1 chén thịt Hangi còn sót lại (thịt gà, thịt cừu hoặc thịt lợn)
- 1 chén kumara (khoai lang) nấu chín, thái hạt lựu
- 1 chén rau bina nấu chín
- 1/2 chén phô mai vụn
- Muối và hạt tiêu cho vừa ăn

HƯỚNG DẪN:
a) Làm ấm bánh ngô trong chảo khô hoặc lò vi sóng.
b) Trên mỗi chiếc bánh tortilla, xếp lớp thịt Hangi, kumara, rau bina và phô mai.
c) Nêm với muối và hạt tiêu.
d) Gấp các cạnh của bánh tortilla lên trên phần nhân để tạo thành một lớp bọc.
e) Đun nóng trong chảo cho đến khi phô mai tan chảy.
f) Phục vụ ấm áp.

18. Bánh nướng phô mai mặn

THÀNH PHẦN:
- 2 chén bột tự nâng
- 1/2 muỗng cà phê bột nở
- 1/2 thìa cà phê muối
- 50g bơ, cắt hạt lựu
- 1 cốc phô mai bào (cheddar cũng được)
- 1/2 cốc sữa
- 1/2 cốc sữa chua nguyên chất
- Hẹ hoặc rau thơm cắt nhỏ (tùy chọn)

HƯỚNG DẪN:
a) Làm nóng lò ở 220°C (200°C dùng quạt) và lót khay nướng bằng giấy nến.
b) Trong một tô lớn, trộn bột mì tự nở, bột nở và muối.
c) Chà bơ cho đến khi hỗn hợp giống như vụn bánh mì.
d) Khuấy phô mai bào và hẹ hoặc rau thơm nếu sử dụng.
e) Thêm sữa và sữa chua, trộn cho đến khi vừa kết hợp.
f) Đổ từng thìa bột lên khay nướng đã chuẩn bị sẵn.
g) Nướng trong 12-15 phút hoặc cho đến khi có màu vàng nâu.

MÓN ĂN VÀ MÓN KHAI THÁC

19.hành nhúng

THÀNH PHẦN:
- 1 hộp giảm kem
- 1 gói súp hành tây
- 1 muỗng cà phê giấm

HƯỚNG DẪN:

a) Cho kem vào tô rồi cho hỗn hợp súp hành tây và giấm vào khuấy đều.

b) Đặt trong tủ lạnh trong một giờ hoặc cho đến khi nó đặc và lạnh.

20.Bánh mì nướng mật ong Mānuka với Ricotta

THÀNH PHẦN:
- 4 lát bánh mì yêu thích của bạn
- 1 cốc phô mai ricotta
- Mật ong Mānuka (để nếm)
- Quả mọng tươi để phủ lên trên

HƯỚNG DẪN:
a) Nướng các lát bánh mì theo ý thích của bạn.
b) Trải một lớp ricotta rộng rãi lên mỗi lát.
c) Rưới mật ong Mānuka lên ricotta.
d) Top với quả mọng tươi và phục vụ.

21. Điệu Salsa Kiwi trên bánh mì nướng

THÀNH PHẦN:
- 4 lát bánh mì nguyên hạt, nướng
- 4 quả kiwi chín, gọt vỏ và thái hạt lựu
- 1/2 củ hành đỏ, thái nhỏ
- 1/2 quả ớt chuông đỏ, thái hạt lựu
- 1/4 chén ngò tươi, xắt nhỏ
- Nước ép 1 quả chanh
- Muối và hạt tiêu cho vừa ăn

HƯỚNG DẪN:
a) Trong một cái bát, trộn kiwi thái hạt lựu, hành tím, ớt chuông đỏ, ngò, nước cốt chanh, muối và tiêu.
b) Trộn đều và để yên trong vài phút.
c) Múc điệu Salsa kiwi lên các lát bánh mì nướng và thưởng thức.

22.hokey pokey

THÀNH PHẦN:
- 1/2 muỗng cà phê bơ
- 5 thìa đường
- 2 muỗng canh xi-rô vàng
- 1 muỗng cà phê baking soda

HƯỚNG DẪN:
a) Bôi bơ vào khay nướng và để sang một bên.
b) Cho đường và si-rô vàng vào nồi.
c) Trên lửa nhỏ, khuấy liên tục cho đến khi đường tan.
d) Tăng nhiệt và đun sôi.
e) Đun sôi trong 2 phút và thỉnh thoảng khuấy để tránh bị cháy.
f) Thêm baking soda và khuấy nhanh cho đến khi hỗn hợp nổi bọt.
g) Đổ ngay vào hộp bơ và để cho đến khi nguội và cứng. Vỡ thành từng mảnh.

23. Quảng trường New Zealand

THÀNH PHẦN:
ĐỐI VỚI HÌNH Vuông:
- ¼ cốc bơ thực vật nhẹ
- ½ cốc đường
- 1 thìa ca cao
- 1 quả trứng
- ½ pound vụn bánh quy giòn Graham
- 1 thìa cà phê Vani
- ¾ cốc nho khô, ngâm và để ráo nước

ĐỐI VỚI VIỀN CHOCOLATE:
- Nguyên liệu cho công thức làm kem sô cô la ưa thích của bạn.

HƯỚNG DẪN:
ĐỐI VỚI HÌNH Vuông:
a) Trong một cái chảo, đun chảy bơ thực vật nhẹ, đường và ca cao cho đến khi sủi bọt.
b) Nhấc hỗn hợp ra khỏi bếp và thêm trứng vào, đánh đều.
c) Thêm vụn bánh quy graham, vani và nho khô đã ngâm, để ráo nước. Trộn cho đến khi kết hợp tốt.
d) Gói hỗn hợp vào khuôn bánh 8x8 đã phết mỡ.

ĐỐI VỚI VIỀN CHOCOLATE:
e) Chuẩn bị kem sô cô la ưa thích của bạn theo hướng dẫn công thức.
f) Phủ hỗn hợp đã đóng gói vào chảo bánh bằng kem sô-cô-la.
g) Làm lạnh chảo để các hình vuông đông lại.

24.cá chiên trắng

THÀNH PHẦN:
- 1 chén cá trắng (cá nhỏ được tìm thấy ở New Zealand)
- 2 quả trứng
- Muối và hạt tiêu cho vừa ăn
- 2 thìa bột mì
- Bơ để chiên

HƯỚNG DẪN:
a) Trong một cái bát, đánh nhẹ trứng.
b) Thêm cá trắng, muối, tiêu và bột mì vào trứng. Trộn nhẹ nhàng.
c) Đun nóng bơ trong chảo trên lửa vừa.
d) Múc một lượng nhỏ hỗn hợp vào chảo để tạo thành bánh rán.
e) Nấu cho đến khi vàng nâu cả hai mặt.
f) Ăn nóng với một vắt chanh.

25.Bánh phô mai Miền Nam

THÀNH PHẦN:
- 2 ổ bánh mỳ (cắt lát)
- 200 g (7 oz) – phô mai colby (bào)
- 150 g (5,3 oz) – phô mai parmesan (bào)
- 1 lon – sữa cô đặc
- 1 cốc – kem
- 1 gói – súp hành tây
- 1 – hành tây (thái nhỏ)
- 2 thìa cà phê – mù tạt
- Phết hoặc phết bơ (để phủ lên trên)

HƯỚNG DẪN:

a) Trộn phô mai, sữa cô đặc, kem, hỗn hợp súp, hành tây và mù tạt vào tô.
b) Đun nóng trong lò vi sóng trong 4 - 6 phút, thỉnh thoảng khuấy.
c) Cho vào tủ lạnh để nguội trong vài phút.
d) Trải hỗn hợp phô mai lên một mặt của bánh mì cắt lát.
e) Cuộn từng lát thành hình xoắn ốc và đặt miếng nối xuống khay nướng.
f) Trải phết bơ hoặc bơ lên trên mỗi cuộn phô mai.
g) Nướng bánh mì trong lò trong 15 phút hoặc cho đến khi có màu nâu nhạt.

26. Cuộn phô mai và Soong

THÀNH PHẦN:
- 2 chén bột tự nâng
- 1 cốc phô mai cheddar bào
- 1 muỗng canh Soong (hoặc Vegemite)
- 1 cốc sữa
- 50g bơ, tan chảy
- Phô mai bào thêm để phủ lên trên

HƯỚNG DẪN:

a) Làm nóng lò nướng ở nhiệt độ 220°C (200°C dùng quạt) và lót khay nướng bằng giấy da.
b) Trong một cái bát, trộn bột mì tự nâng, phô mai bào và Soong.
c) Thêm sữa và trộn cho đến khi tạo thành một khối bột mềm.
d) Đổ bột lên bề mặt đã rắc bột mì và nhào nhẹ.
e) Cán bột thành hình chữ nhật, phết bơ tan chảy và rắc thêm phô mai bào.
f) Cán bột theo chiều dài và cắt thành từng lát.
g) Đặt các lát lên khay nướng và nướng trong 15-20 phút hoặc cho đến khi có màu vàng nâu.

27. Kumara (Khoai lang) khoai tây chiên với Aioli

THÀNH PHẦN:
- 2 kumara lớn (khoai lang), gọt vỏ và cắt thành dải mỏng
- 2 muỗng canh dầu ô liu
- Muối và hạt tiêu cho vừa ăn
- Đối với Aioli: 1/2 chén sốt mayonnaise, 2 tép tỏi (băm nhỏ), 1 muỗng canh nước cốt chanh, muối và hạt tiêu

HƯỚNG DẪN:
a) Làm nóng lò ở 200°C (180°C dùng quạt).
b) Trộn các dải kumara với dầu ô liu, muối và hạt tiêu.
c) Trải kumara lên khay nướng thành một lớp.
d) Nướng trong 20-25 phút hoặc cho đến khi giòn, quay được nửa chừng.
e) Đối với aioli, trộn sốt mayonnaise, tỏi băm, nước cốt chanh, muối và tiêu vào tô.
f) Phục vụ khoai tây chiên kumara với aioli ở bên cạnh.

28. Rán hẹ xanh

THÀNH PHẦN:
- 1 chén vẹm xanh tươi, bóc vỏ và cắt nhỏ
- 1 chén bột tự nâng
- 1 quả trứng
- 1/2 cốc sữa
- 1/4 chén mùi tây tươi xắt nhỏ
- Muối và hạt tiêu cho vừa ăn
- Nêm chanh để phục vụ

HƯỚNG DẪN:
a) Trong một cái bát, trộn bột mì, trứng và sữa để tạo thành bột nhão.
b) Cho hến và rau mùi tây cắt nhỏ vào trộn đều, nêm muối và tiêu.
c) Làm nóng chảo rán trên lửa vừa và thêm từng thìa bột vào để tạo thành món rán.
d) Nấu cho đến khi vàng nâu cả hai mặt.
e) Ăn kèm với chanh.

29. Bánh rán Paua (Bào ngư)

THÀNH PHẦN:
- 1 chén paua băm (bào ngư)
- 1 chén bột mì
- 1 quả trứng
- 1/2 cốc sữa
- 1/4 chén hành lá xắt nhỏ
- Muối và hạt tiêu cho vừa ăn
- Nêm chanh để phục vụ

HƯỚNG DẪN:

a) Trong một bát, trộn paua băm nhỏ, bột mì, trứng, sữa, hành lá, muối và hạt tiêu.

b) Đun nóng chảo trên lửa vừa và múc bột vào để tạo thành bánh rán.

c) Nấu cho đến khi vàng nâu cả hai mặt.

d) Ăn kèm với chanh.

30. Chong chóng rau bina và Feta

THÀNH PHẦN:
- 2 tờ bánh phồng, rã đông
- 1 chén rau bina tươi xắt nhỏ
- 1/2 chén phô mai feta vụn
- 1/4 chén hạt thông
- 1 quả trứng (đánh đều, để rửa trứng)

HƯỚNG DẪN:
a) Làm nóng lò ở 200°C (180°C dùng quạt) và lót khay nướng bằng giấy nến.
b) Tung ra các tấm bánh phồng.
c) Trải đều rau bina cắt nhỏ, feta và hạt thông lên trên bánh ngọt.
d) Cuộn chặt các tấm bánh ngọt để tạo thành một khúc gỗ.
e) Cắt thành từng miếng chong chóng và đặt chúng lên khay nướng.
f) Chải với trứng đánh.
g) Nướng trong 15-20 phút hoặc cho đến khi có màu vàng nâu.

31.Xúc xích heo và cải xoong cuộn

THÀNH PHẦN:
- 500g thịt giò heo
- 1 chén cải xoong tươi, xắt nhỏ
- 2 tờ bánh phồng, rã đông
- 1 quả trứng (đánh đều, để rửa trứng)
- Hạt vừng để rắc

HƯỚNG DẪN:
a) Làm nóng lò ở 200°C (180°C dùng quạt) và lót khay nướng bằng giấy nến.
b) Trong một cái bát, trộn đều thịt xúc xích heo và cải xoong xắt nhỏ.
c) Cắt đôi tấm bánh phồng.
d) Múc hỗn hợp xúc xích và cải xoong dọc theo giữa mỗi dải bánh ngọt.
e) Cuộn bánh lại, bọc kín phần nhân và úp mặt đường may xuống khay nướng.
f) Quét trứng đã đánh lên và rắc hạt vừng.
g) Nướng trong 20-25 phút hoặc cho đến khi có màu vàng nâu.

32. Món bánh nhân thịt New Zealand

THÀNH PHẦN:
- 1 chén thịt bò hoặc thịt cừu băm
- 1 củ hành tây, thái nhỏ
- 1 củ cà rốt, bào sợi
- 2 muỗng canh bột cà chua
- 1 thìa cà phê sốt Worcestershire
- Muối và hạt tiêu cho vừa ăn
- Vỏ bánh ngọt nhỏ

HƯỚNG DẪN:
a) Trong chảo, xào thịt băm và hành tây.
b) Thêm cà rốt bào sợi, bột cà chua, sốt Worcestershire, muối và tiêu. Nấu cho đến khi kết hợp tốt.
c) Múc hỗn hợp vào vỏ bánh ngọt nhỏ.
d) Nướng theo hướng dẫn làm bánh ngọt cho đến khi có màu vàng nâu.

33. Thịt cừu Koftas với sữa chua nhúng bạc hà

THÀNH PHẦN:
- 500g thịt cừu xay
- 1 củ hành tây, thái nhỏ
- 2 tép tỏi, băm nhỏ
- 1 thìa cà phê thì là xay
- 1 thìa cà phê rau mùi đất
- Muối và hạt tiêu cho vừa ăn
- Que xiên bằng gỗ (ngâm nước)
- Lá bạc hà tươi để trang trí

HƯỚNG DẪN:
a) Làm nóng lò nướng hoặc thịt nướng trước.
b) Trong một bát, trộn thịt cừu xay, hành tây xắt nhỏ, tỏi băm, thì là, rau mùi xay, muối và hạt tiêu.
c) Nặn hỗn hợp thành những hình xúc xích nhỏ xung quanh các xiên đã ngâm.
d) Nướng trong vòng 10-15 phút, thỉnh thoảng quay lại cho đến khi chín.
e) Trang trí với lá bạc hà tươi và dùng kèm với sữa chua bạc hà.

34. Pate Kahawai hun khói

THÀNH PHẦN:
- 200g kahawai hun khói (hoặc cá hun khói khác), thái lát
- 1/2 chén kem phô mai
- 2 muỗng canh kem chua
- 1 thìa nước cốt chanh
- 1 thìa cà phê cải ngựa
- Muối và hạt tiêu cho vừa ăn
- Hẹ cắt nhỏ để trang trí

HƯỚNG DẪN:
a) Trong máy xay thực phẩm, kết hợp kahawai hun khói, phô mai kem, kem chua, nước cốt chanh và cải ngựa.
b) Xử lý cho đến khi mịn. Nêm với muối và hạt tiêu.
c) Làm lạnh trong ít nhất 1 giờ.
d) Trang trí với hẹ xắt nhỏ và dùng kèm với bánh quy giòn.

35. Hạnh nhân nướng mật ong Mānuka và hương thảo

THÀNH PHẦN:
- 2 chén hạnh nhân sống
- 2 thìa mật ong Manuka
- 1 muỗng canh dầu ô liu
- 1 muỗng canh hương thảo tươi, xắt nhỏ
- Muối biển cho vừa ăn

HƯỚNG DẪN:

a) Làm nóng lò ở 180°C (160°C dùng quạt) và lót khay nướng bằng giấy da.

b) Trong một cái bát, trộn hạnh nhân, mật ong Mānuka, dầu ô liu và hương thảo cắt nhỏ.

c) Trải hỗn hợp hạnh nhân lên khay nướng thành một lớp.

d) Rắc muối biển.

e) Nướng trong 15-20 phút, thỉnh thoảng khuấy đều cho đến khi hạnh nhân có màu vàng nâu.

f) Để nguội trước khi phục vụ.

36. Cocktail tôm

THÀNH PHẦN:
- 200g tôm luộc chín, bóc vỏ và bỏ chỉ
- Xà lách Iceberg, cắt nhỏ
- Sốt cocktail: 1/2 cốc sốt mayonnaise, 2 thìa sốt cà chua, 1 thìa nước cốt chanh, sốt Worcestershire cho vừa ăn
- Nêm chanh để phục vụ

HƯỚNG DẪN:
a) Sắp xếp rau diếp tảng băng trôi cắt nhỏ trên đĩa phục vụ.
b) Top với tôm nấu chín.
c) Trong một bát nhỏ, trộn đều sốt mayonnaise, sốt cà chua, nước cốt chanh và sốt Worcestershire cho vừa ăn.
d) Rưới nước sốt cocktail lên tôm.
e) Ăn kèm với chanh ở bên cạnh.

37.Bánh bao thịt lợn và bắp cải

THÀNH PHẦN:
- 250g thịt lợn xay
- 1 chén bắp cải thái nhỏ
- 2 củ hành xanh, thái nhỏ
- 1 tép tỏi, băm nhỏ
- 1 thìa cà phê gừng, nạo
- Nước tương và dầu mè cho vừa ăn
- Giấy gói bánh bao

HƯỚNG DẪN:

a) Trong một bát, trộn đều thịt lợn xay, bắp cải thái nhỏ, hành lá, tỏi, gừng, nước tương và dầu mè.

b) Đặt một thìa hỗn hợp lên mỗi giấy gói bánh bao.

c) Đậy kín bánh bao và hấp hoặc chiên cho đến khi chín.

d) Ăn kèm với nước tương để chấm.

38. Bí ngòi nướng và xiên Feta

THÀNH PHẦN:
- Zucchini, cắt thành vòng
- cà chua cherry
- Phô mai Feta, cắt khối
- Dầu ô liu
- Nước chanh
- Bạc hà tươi, xắt nhỏ
- Muối và hạt tiêu cho vừa ăn

HƯỚNG DẪN:

a) Xiên bí ngòi tròn, cà chua bi và viên feta vào xiên.

b) Trộn dầu ô liu, nước cốt chanh, bạc hà cắt nhỏ, muối và hạt tiêu để làm nước sốt.

c) Nướng xiên cho đến khi bí xanh mềm và hơi cháy.

d) Rưới nước sốt trước khi dùng.

MÓN CHÍNH

39. Món mì với sò New Zealand

THÀNH PHẦN:
- 1 lb mì ống (chưa nấu chín)
- 1/4 chén dầu ô liu nguyên chất
- 5 tép tỏi (thái nhỏ)
- 3 quả ớt khô
- 3/4 chén mùi tây lá phẳng tươi (thái nhỏ)
- 1 quả chanh
- 1/8 muỗng cà phê. muối thô
- 1 nhúm hạt tiêu tươi xay
- Sò 3 lb (New Zealand, được chà kỹ)
- 1 muỗng canh. giấm rượu vang đỏ
- 6 lá húng quế tươi (lớn, thái lát mỏng)

HƯỚNG DẪN:

a) Nấu mì ống theo hướng dẫn trên bao bì cho đến khi chín. Xả và đặt sang một bên.

b) Trong chảo lớn, đun nóng dầu ô liu trên lửa vừa. Thêm tỏi băm nhuyễn và ớt khô. Xào cho đến khi tỏi thơm và có màu vàng nâu.

c) Khuấy rau mùi tây cắt nhỏ và vỏ chanh. Nêm muối thô và hạt tiêu mới xay. Nấu thêm 1-2 phút nữa.

d) Thêm sò đã chà kỹ vào chảo. Đổ giấm rượu vang đỏ vào. Đậy nắp chảo và nấu cho đến khi sò mở ra, khoảng 4-5 phút.

e) Khi sò đã mở miệng, cho mì đã nấu chín vào chảo. Trộn tất cả mọi thứ lại với nhau để kết hợp và phủ lên mì ống một hỗn hợp đầy hương vị.

f) Phục vụ món mì với sò New Zealand trong từng bát riêng. Trang trí với lá húng quế thái mỏng và vắt nước cốt chanh nếu muốn.

40. Cá hồi New Zealand trong thạch bơ chanh

THÀNH PHẦN:
- 6 pound cá hồi tươi
- 6 thìa bơ
- 3 quả chanh
- Muối
- Hạt tiêu

HƯỚNG DẪN:
a) Cá hồi rửa sạch, bỏ đầu, đuôi và vây.
b) Cắt cá hồi thành miếng bít tết nặng 1 lb (không phải phi lê).
c) Đặt một miếng bít tết cá hồi lên một tờ giấy bạc dày.
d) Vắt nước nửa quả chanh lên cá hồi.
e) Phết 1 thìa bơ lên cá hồi.
f) Nêm với muối và hạt tiêu.
g) Bọc chặt miếng cá hồi trong giấy bạc, tạo lớp chống thấm. Lặp lại cho mỗi miếng bít tết.
h) Đun sôi gói cá hồi bọc giấy bạc trong nước trong 20 phút.
i) Lấy các gói ra khỏi nước và đặt chúng vào tủ đông trong một giờ.
j) Sau khi đông lạnh, để lạnh thêm 2 giờ.
k) Khi sẵn sàng phục vụ, hãy cẩn thận mở miếng bít tết cá hồi và đặt chúng lên một đĩa lớn.
l) Phủ cá hồi với nước sốt Hollandaise ấm.
m) Ăn cá hồi với khoai tây non luộc với lá bạc hà.
n) Thêm đậu Hà Lan tươi vào đĩa.

41. Thịt cừu New Zealand ướp trên vỉ nướng

THÀNH PHẦN:
- 1 đùi cừu rút xương
- ½ cốc nước cốt chanh
- ½ cốc dầu
- ½ chén rượu trắng
- 1 thìa cà phê tỏi nghiền
- 1 thìa cà phê muối
- 1 muỗng cà phê hương thảo khô
- 1 thìa cà phê tiêu
- 1 muỗng canh ớt đỏ

HƯỚNG DẪN:

a) Đặt chân cừu không xương vào đĩa ướp.

b) Trong một cái bát, trộn nước cốt chanh, dầu, rượu trắng, tỏi nghiền, muối, hương thảo khô, hạt tiêu và ớt đỏ.

c) Đổ nước xốt lên thịt cừu, đảm bảo thịt được phủ đều.

d) Ướp thịt cừu trong tủ lạnh trong thời gian dài, lý tưởng nhất là trong một tuần, để hương vị ngấm vào.

e) Làm nóng trước vỉ nướng ấm đun nước Weber với nắp đậy và các lỗ thông hơi gần như đóng lại.

f) Nướng thịt cừu đã ướp với nắp đậy trong 15-20 phút mỗi mặt.

g) Điều chỉnh thời gian nướng dựa trên mức độ chín mong muốn của bạn. Độ dày của thịt cừu có thể dẫn đến mức độ chín khác nhau, cung cấp các lựa chọn cho cả phần chín kỹ và phần vừa hiếm.

h) Sau khi nướng đến mức hoàn hảo, hãy lấy thịt cừu ra khỏi vỉ nướng và để yên trong vài phút.

i) Cắt thịt cừu và phục vụ cho khách của bạn.

42. Món đuôi bò hầm New Zealand

THÀNH PHẦN:
- 1 đuôi bò
- 1 ounce Crisco
- 1 ounce bột mì
- 2 củ hành tây
- 2 củ cà rốt
- 2 viên nước luộc bò
- 2 cốc nước sôi
- Muối và hạt tiêu cho vừa ăn

Hướng:
a) Tháo rời đuôi bò.
b) Lăn từng miếng qua bột mì.
c) Trong nồi, đun nóng Crisco.
d) Chiên các miếng đuôi bò đã tẩm bột trong mỡ nóng.
e) Sau khi đã chín vàng, vớt đuôi bò ra khỏi nồi.
f) Hành tây và cà rốt thái lát nâu trong phần mỡ còn lại.
g) Cho đuôi bò đã chín vàng và rau củ vào nồi.
h) Thêm muối và hạt tiêu cho vừa ăn.
i) Hòa tan khối nước luộc thịt bò trong nước sôi.
j) Đổ đủ nước luộc thịt bò vào nồi sao cho ngập thịt và rau.
k) Đun nhỏ lửa hầm trong 3 giờ để hương vị hòa quyện và đuôi bò trở nên mềm.

43. Cá Hồng New Zealand nướng lò

THÀNH PHẦN:
- 2 phi lê cá hồng New Zealand (khoảng 2 1/2 pound)
- 4 ounce bí xanh, thái lát mỏng
- 4 ounce bí vàng, thái lát mỏng
- 8 nhánh bạc hà nguyên hạt
- 2 chén nước luộc cá
- 1 cốc rượu vang trắng
- 2 thìa bơ
- 4 muỗng canh dầu ô liu nguyên chất
- 1 ounce nước cốt chanh
- 4 thìa cà phê Bạc hà tươi, thái hạt lựu
- Muối và hạt tiêu cho vừa ăn

HƯỚNG DẪN:
CHUẨN BỊ NƯỚC CÁ:
a) Phi lê cá hồng New Zealand và đặt sang một bên.
b) Cho xương cá vào nồi, đổ nước ngập, thêm chút muối rồi đun nhỏ lửa trong 45 phút.
c) Lọc nước dùng và đặt sang một bên.
d) Làm nóng lò ở nhiệt độ 400 độ F.
e) Trong chảo nướng, xếp phi lê cá hồng và nêm muối và tiêu trắng.
f) Thêm bí xanh thái lát, bí vàng thái lát, nhánh bạc hà, nước luộc cá, rượu trắng, bơ và dầu ô liu nguyên chất vào chảo nướng.

NƯỚNG:
g) Nướng khoảng 10-12 phút hoặc cho đến khi cá chín.
h) Lấy phi lê ra khỏi chảo nướng và sắp xếp chúng trên đĩa phục vụ hình bầu dục. Bỏ đi những nhánh bạc hà.
i) Giảm nước dùng trong chảo nướng cho đến khi hơi đặc lại.
j) Thêm nước cốt chanh và bạc hà tươi thái sợi vào nước dùng đã giảm bớt, điều chỉnh theo khẩu vị.
k) Đổ nước sốt đã hoàn thành lên các miếng phi lê đã mạ.
l) Trang trí với nhánh bạc hà tươi.

44. Cá hồi New Zealand nướng với Điệu Salsa xoài

THÀNH PHẦN:
ĐỐI VỚI HỖN HỢP GIA VỊ:
- 6 phi lê cá hồi New Zealand (mỗi miếng 160 g), bỏ da
- 4 cốc hỗn hợp lá rau diếp Baby
- Dầu ô liu và giấm balsamic
- ½ quả ớt chuông đỏ, thái nhỏ
- 2 quả ớt tươi, băm nhỏ
- 1 tép tỏi, băm nhỏ
- 1 thìa cà phê gia vị Cajun
- 1 thìa cà phê ớt bột ngọt (Hungary)
- 1 thìa cà phê rau mùi xay
- 1 muỗng cà phê lá húng quế khô
- 1 thìa mật ong
- 2 thìa nước cốt chanh
- 2 muỗng canh dầu hạt nho

ĐỐI VỚI ĐIỆU SALSA XOÀI:
- ½ quả ớt chuông đỏ, thái nhỏ
- ½ chén đậu đen Trung Quốc nấu chín
- 1 tép tỏi, băm nhỏ
- 2 củ hẹ, thái nhỏ
- 1 quả xoài cứng, thái hạt lựu
- 2 thìa cà phê gừng ngâm
- 2 thìa cà phê rau mùi tươi, xắt nhỏ
- 1 thìa cà phê thì là xay
- 2 thìa dưa chuột thái hạt lựu
- 1 thìa cà phê bạch hoa
- 1 muỗng canh hẹ xắt nhỏ
- 1 quả chanh, nước cốt

HƯỚNG DẪN:
ĐỐI VỚI CÁ HỒI NANG GIA VỊ:
a) Trong máy xay sinh tố hoặc máy chế biến thực phẩm, kết hợp ớt đỏ, ớt tươi, tỏi, gia vị Cajun, ớt bột ngọt, rau mùi xay, lá húng quế khô, mật ong, nước cốt chanh và dầu hạt nho. Xử lý cho đến khi tạo thành hỗn hợp sệt.
b) Xoa hỗn hợp gia vị lên cả hai mặt của từng miếng phi lê cá hồi để chúng thấm gia vị. Để qua một bên.

ĐỐI VỚI ĐIỆU SALSA XOÀI:
c) Trong một bát, trộn đều ớt chuông đỏ xắt nhỏ, đậu đen, tỏi, hẹ tây, xoài thái hạt lựu, gừng ngâm, rau mùi tươi, thì là xay, dưa chuột thái hạt lựu, nụ bạch hoa, hẹ và nước cốt chanh. Nêm muối và hạt tiêu cho vừa ăn.
d) Để qua một bên.

CUỘC HỌP:
e) Làm nóng lò ở nhiệt độ 220°C.
f) Đun nóng một ít dầu ô liu trong chảo chịu nhiệt. Áp chảo phi lê cá hồi ở cả hai mặt cho đến khi chúng có màu vàng đậm.
g) Chuyển chảo rán có cá hồi vào lò nướng đã làm nóng trước và nướng trong 3-5 phút, tùy thuộc vào mức độ chín mà bạn mong muốn.
h) Trong lúc đó, trộn lá rau diếp bé với dầu ô liu, giấm balsamic, muối và hạt tiêu.
i) Đặt lá xa lát đã trộn vào sáu đĩa.
j) Lấy cá hồi nướng ra khỏi lò và đặt chúng lên lá xa lát.
k) Phủ lên mỗi phi lê cá hồi một thìa điệu Salsa xoài.

45.Xa lát đậu bơ New Zealand nướng

THÀNH PHẦN:
ĐỐI VỚI CÁ BƯỚM:
- 6 phi lê cá bơ không xương lớn
- 1 muỗng cà phê ớt khô
- 110 gram Đường nâu nhạt
- 2 muỗng cà phê nước tương nhẹ
- 4 thìa nước cốt chanh
- ¼ thìa cà phê hạt tiêu xay mịn

ĐỐI VỚI XA LÁT ĐẬU:
- 100 gram mỗi loại Mange Tout, Đậu xanh, Đậu rộng và Sugar Snaps
- Nước chanh
- Muối biển
- Dầu ô liu nguyên chất

SÁNG ỚT NGỌT NGÀO:
- 1 muỗng cà phê ớt khô
- 110 gram Đường nâu nhạt
- 2 muỗng cà phê nước tương nhẹ
- 4 thìa nước cốt chanh
- ¼ thìa cà phê hạt tiêu xay mịn

HƯỚNG DẪN:
SÁNG ỚT NGỌT NGÀO:
a) Trong một chảo nhỏ, trộn ớt khô, đường nâu nhạt, nước tương nhạt, nước cốt chanh và hạt tiêu nghiền mịn để tạo lớp men.
b) Đun sôi hỗn hợp, nấu cho đến khi nó bắt đầu đặc lại thì tắt bếp.

BƯỚM NƯỚNG:
c) Đặt phi lê cá bơ, mặt da hướng lên trên, trên một miếng giấy bạc đã phết dầu dưới vỉ nướng nóng trong 2 phút cho một mặt.
d) Lật phi lê lại và nướng thêm một phút.
e) Phủ men ớt ngọt lên phi lê rồi cho chúng vào vỉ nướng cho đến khi lớp men bắt đầu 'cháy'.
f) Thời gian nấu có thể thay đổi tùy theo độ dày của miếng phi lê; nhằm mục đích giữ cá ở mức độ hiếm ở giữa.
g) Lấy đậu ra khỏi khay và đặt lên luống đậu.

Xa lát đậu:
h) Chần nhẹ từng loại đậu riêng biệt cho đến khi vừa chín nhưng vẫn giòn.
i) Làm mới đậu đã chần dưới nước lạnh.
j) Trộn đậu với nước cốt chanh, muối biển và dầu ô liu nguyên chất.
k) Xếp cá bơ nướng lên đĩa cùng với đậu.
l) Trang trí thêm men ớt ngọt nếu muốn.
m) Dọn món ăn ngay, thưởng thức sự kết hợp đầy hương vị của cá bơ nướng và xa lát đậu tươi mát.

46. Thịt cừu nướng sốt mù tạt mật ong

THÀNH PHẦN:
- 5 pound Thịt vai cừu (rút xương, cuộn lại và buộc)
- ¼ cốc dầu
- 2 thìa cà phê muối
- ½ thìa cà phê Tiêu
- 2 chén sốt mù tạt mật ong

HƯỚNG DẪN:
a) Làm nóng lò ở nhiệt độ 350°F.
b) Xoa dầu vai cừu.
c) Rắc muối và hạt tiêu.
d) Nướng thịt cừu trong lò làm nóng trước trong 1 tiếng rưỡi.
e) Trong 15 phút cuối cùng của quá trình nướng, hãy phết sốt mù tạt mật ong lên thịt cừu cứ sau 5 phút.
f) Chải một lần nữa ngay trước khi phục vụ.
g) Phục vụ thịt cừu nướng với Sốt mù tạt mật ong còn lại ở bên cạnh.

47. Bánh ngọt New Zealand

THÀNH PHẦN:
BÁNH NGỌT
- 8 ounce bột mì
- 2 ounce Crisco
- 2 ounce Bơ (hoặc bơ thực vật)
- 1 nhúm muối
- 2 đến 3 muỗng canh nước (xấp xỉ)

ĐỔ ĐẦY:
- 4 ounce khoai tây sống thái hạt lựu
- 4 ounce thịt bò xay
- 2 ounce hành tây xắt nhỏ
- 2 ounce cà rốt sống thái hạt lựu
- 1 ounce đậu xanh (tùy chọn)

HƯỚNG DẪN:

Đối với bánh ngọt:
a) Rây bột mì và muối vào tô.
b) Chà trong Crisco và bơ cho đến khi đạt được kết cấu cát.
c) Tạo một lỗ rỗng ở giữa và thêm nước vào.
d) Xử lý bột càng ít và càng nhẹ càng tốt.
e) Bọc bánh ngọt trong giấy thấm mỡ và để trong tủ lạnh trong 24 giờ.

Đối với phần điền:
f) Cán bột bánh có độ dày khoảng ⅛".
g) Cắt bánh ngọt thành những viên tròn có đường kính 5 inch, dùng đĩa làm hướng dẫn.
h) Trong tô, trộn đều khoai tây sống thái hạt lựu, thịt bò xay, hành tây xắt nhỏ, cà rốt sống thái hạt lựu và đậu xanh (nếu dùng).
i) Làm ẩm phần giữa của mỗi chiếc bánh ngọt bằng một ít nước và đặt một thìa đầy nhân vào giữa, đảm bảo nhân sẽ tạo thành một đống chứ không bị dẹt ra.
j) Làm ẩm các cạnh của bánh ngọt bằng trứng đánh.
k) Gấp chiếc bánh ngọt làm đôi và tạo rãnh cho các cạnh.
l) Đặt miếng bánh lên sao cho đường rãnh tạo thành hình chữ thập ở trên và dùng ngón tay ấn vào để tạo đường may lượn sóng nhằm mục đích trang trí.
m) Quét trứng đánh lên bên ngoài từng miếng bánh.

Nướng bánh:
n) Làm nóng lò ở nhiệt độ 275 độ F.
o) Nướng bánh trong khoảng ¾ đến 1 giờ hoặc cho đến khi bánh có màu nâu đẹp mắt.

48. Thịt cừu nướng với hương thảo và tỏi

THÀNH PHẦN:
- 1 đùi cừu (khoảng 2-3 kg)
- 4 tép tỏi, thái lát
- Nhánh hương thảo tươi
- Dầu ô liu
- Muối và hạt tiêu cho vừa ăn
- 1 chén rượu vang đỏ (tùy chọn)
- 1 chén nước luộc thịt bò hoặc rau

HƯỚNG DẪN:
a) Làm nóng lò ở 180°C (160°C dùng quạt).
b) Rạch những đường nhỏ trên thịt cừu và nhét những lát tỏi và nhánh hương thảo vào.
c) Xoa thịt cừu với dầu ô liu và nêm muối và hạt tiêu.
d) Đặt thịt cừu vào chảo rang. Đổ rượu vang đỏ và nước dùng vào.
e) Nướng trong lò khoảng 25 phút cho mỗi kg đối với loại vừa tái.
f) Thỉnh thoảng phết thịt cừu bằng nước ép chảo.
g) Để thịt cừu nghỉ ngơi trong 15 phút trước khi chạm khắc.

49. Gà và rau kiểu Hangi

THÀNH PHẦN:
- 4 đùi gà
- 4 củ khoai tây, gọt vỏ và cắt đôi
- 4 củ cà rốt, gọt vỏ và cắt đôi
- 1 kumara lớn (khoai lang), gọt vỏ và thái lát
- 1 cốc bí ngô, gọt vỏ và cắt khối
- 1 củ hành tây, bóc vỏ và cắt làm tư
- 2 muỗng canh bơ tan chảy
- Muối và hạt tiêu cho vừa ăn
- 1 thìa cà phê thì là xay
- 1 muỗng cà phê ớt bột xông khói

HƯỚNG DẪN:
a) Làm nóng lò ở 200°C (180°C dùng quạt).
b) Đặt gà và rau vào chảo rang lớn.
c) Rắc bơ tan chảy và rắc muối, hạt tiêu, thì là và ớt bột xông khói.
d) Nướng trong khoảng 45-60 phút hoặc cho đến khi gà chín và rau mềm.

50. Paella vẹm môi xanh

THÀNH PHẦN:
- 2 chén gạo Arborio
- 1/2 kg vẹm xanh đã làm sạch và bỏ râu
- 1 củ hành tây, thái nhỏ
- 2 tép tỏi, băm nhỏ
- 1 quả ớt chuông đỏ, thái hạt lựu
- 1 quả cà chua, thái hạt lựu
- 1 muỗng cà phê ớt bột xông khói
- 1/2 thìa cà phê sợi nghệ tây
- 4 chén nước luộc cá hoặc rau
- 1/2 chén rượu trắng khô
- Rau mùi tây tươi để trang trí

HƯỚNG DẪN:
a) Trong chảo paella, xào hành và tỏi cho đến khi mềm.
b) Thêm cơm, ớt chuông, cà chua, ớt bột hun khói và nghệ tây. Nấu trong vài phút.
c) Đổ rượu trắng vào và để nó bay hơi.
d) Thêm nước dùng và đun nhỏ lửa.
e) Xếp hến lên trên cơm và nấu cho đến khi cơm mềm và hến mở miệng.
f) Trang trí với rau mùi tây tươi trước khi phục vụ.

51. Bánh nhân thịt và nấm New Zealand

THÀNH PHẦN:
ĐỐI VỚI ĐIỀN:
- 1/4 cốc (60ml) dầu thực vật
- Thịt bò băm lớn hơn 1 lb (500 gm) một chút
- 1 củ hành tây, thái nhỏ
- 2 tép tỏi, thái nhỏ
- 2 cây nấm Portobello lớn, thái nhỏ
- 2 củ cà rốt, gọt vỏ và cắt hạt lựu
- 2 cọng cần tây, bỏ dây và thái lát
- 1 nắm rau mùi tây nhỏ, thái nhỏ
- 1 nắm lá cần tây nhỏ, thái nhỏ (hoặc dùng thêm mùi tây nếu không có)
- 1 muỗng canh húng tây mềm tươi thái nhỏ
- 1 muỗng canh hương thảo tươi, thái nhỏ
- 1/2 muỗng canh mù tạt kiểu Anh nóng (dùng 1 muỗng canh nếu không dùng lá horopito)
- 2 muỗng canh bột cà chua
- 1/4 muỗng cà phê lá Horopito xay hoặc nếm thử (tùy chọn nhưng nên dùng)
- 1 1/4 thìa cà phê (7 gm) muối biển Maldon
- 3 3/4 muỗng cà phê (20 gm) bột ngô
- 2 1/2 pound (1,2 kg) bánh phồng bơ
- 1 cốc (120 gm) phô mai cheddar bào thô
- 1 quả trứng, đánh nhẹ

ĐỐI VỚI CỔ THỊT BÒ ĐÀO:
- 1 1/2 muỗng canh dầu thực vật
- 10 1/2 ounce (300 gm) thịt bò vụn, cắt thành khối
- 3 1/2 ounce (100 gm) miếng thịt xông khói, cắt thành khối 3cm
- 1 củ hành tây, chưa gọt vỏ, thái lát mỏng
- 5 tép tỏi, chưa gọt vỏ, cắt đôi
- 6 nhánh húng tây
- 3 lá nguyệt quế tươi
- 1 muỗng cà phê hạt tiêu đen
- 1/4 cốc (65ml) rượu mạnh
- 6 1/2 cốc (1 1/2 lít) nước luộc gà chất lượng tốt nhất

HƯỚNG DẪN:
CHUẨN BỊ NƯỚC THỊT BÒ ĐÀO TẠO:
a) Trong một cái nồi lớn, đun nóng dầu thực vật, thịt bò vụn và thịt xông khói. Thêm hành tây thái lát, tỏi, húng tây, lá nguyệt quế và hạt tiêu đen. Nấu cho đến khi hành tây mềm. Thêm rượu brandy và nấu cho đến khi nó bay hơi.

b) Đổ nước luộc gà vào và đun nhỏ lửa trong khoảng 1 giờ. Lọc và đặt sang một bên.

CHUẨN BỊ ĐIỀN:
c) Trong chảo lớn, đun nóng dầu thực vật. Thêm thịt bò băm và nấu cho đến khi chín. Thêm hành tây xắt nhỏ, tỏi, nấm, cà rốt và cần tây. Nấu cho đến khi rau mềm.

d) Khuấy rau mùi tây, lá cần tây, húng tây, hương thảo, mù tạt, bột cà chua, lá horopito (nếu dùng) và muối. Trộn đều.

e) Hòa tan bột bắp với một ít nước rồi cho vào hỗn hợp. Nấu cho đến khi hỗn hợp đặc lại. Hủy bỏ nhiệt và để nguội.

LẮP RÁP BÁNH:

f) Làm nóng lò nướng ở nhiệt độ được khuyến nghị cho bánh phồng của bạn.

g) Tung ra chiếc bánh phồng và lót đáy đĩa bánh. Đổ hỗn hợp thịt đã nguội vào, rắc phô mai cheddar bào lên trên.

h) Phủ thêm một lớp bánh phồng nữa. Bịt kín các cạnh và chải bằng trứng đã đánh tan.

i) Nướng trong lò làm nóng trước cho đến khi bánh có màu vàng nâu và chín đều.

j) Ăn nóng Bánh nhân thịt New Zealand với nước dùng bò đậm đà để chấm.

52. Cà Ri Xanh Pāua (Bào Ngư) Xào

THÀNH PHẦN:
- 1 chén pāua băm nhỏ (bào ngư)
- 2 muỗng canh bột cà ri xanh
- 1 lon (400ml) nước cốt dừa
- 1 chén rau trộn (ớt chuông, đậu Hà Lan, cà rốt)
- 1 muỗng canh nước mắm
- 1 muỗng canh nước tương
- 1 muỗng canh đường nâu
- Lá húng quế tươi để trang trí
- Cơm gạo thơm nấu chín

HƯỚNG DẪN:
a) Trong chảo hoặc chảo, đun nóng một lượng nhỏ dầu và xào pāua băm nhỏ cho đến khi chín.
b) Thêm bột cà ri xanh và khuấy trong một phút.
c) Đổ nước cốt dừa vào và đun nhỏ lửa.
d) Thêm rau trộn, nước mắm, nước tương và đường nâu. Nấu cho đến khi rau mềm.
e) Dọn cà ri lên cơm hoa nhài đã nấu chín và trang trí bằng lá húng quế tươi.

53. Cá tuyết xanh nướng với chanh và bơ thảo mộc

THÀNH PHẦN:
- 4 phi lê cá tuyết xanh
- 4 muỗng canh bơ tan chảy
- Nước ép của 1 quả chanh
- Vỏ của 1 quả chanh
- 2 muỗng canh rau thơm tươi (rau mùi tây, thì là), xắt nhỏ
- Muối và hạt tiêu cho vừa ăn

HƯỚNG DẪN:

a) Làm nóng lò nướng hoặc thịt nướng trước.
b) Nêm phi lê cá tuyết xanh với muối và hạt tiêu.
c) Nướng phi lê cho đến khi chín.
d) Trong một bát nhỏ, trộn bơ tan chảy, nước cốt chanh, vỏ chanh và các loại thảo mộc tươi.
e) Rưới chanh và bơ thảo mộc lên cá tuyết xanh nướng trước khi dùng.

54.Thịt nai và rượu vang đỏ soong

THÀNH PHẦN:
- 500g thịt nai hầm
- 1 củ hành tây, xắt nhỏ
- 2 củ cà rốt, gọt vỏ và thái lát
- 2 tép tỏi, băm nhỏ
- 2 cốc rượu vang đỏ
- 1 chén nước luộc thịt bò
- 2 muỗng canh bột cà chua
- 1 muỗng canh dầu ô liu
- 1 muỗng cà phê húng tây khô
- Muối và hạt tiêu cho vừa ăn

HƯỚNG DẪN:
a) Trong một đĩa thịt hầm lớn, đun nóng dầu ô liu trên lửa vừa.
b) Thịt nai nâu hầm theo mẻ.
c) Thêm hành tây xắt nhỏ, cà rốt và tỏi băm. Xào cho đến khi rau mềm.
d) Đổ rượu vang đỏ, nước luộc thịt bò, bột cà chua, húng tây khô, muối và hạt tiêu.
e) Đậy nắp và nướng trong lò ở nhiệt độ 160°C trong 2-3 giờ hoặc cho đến khi thịt nai mềm.
f) Ăn kèm với khoai tây nghiền hoặc với bánh mì giòn.

55. Thịt cừu và rau hầm kiểu Hāngī

THÀNH PHẦN:
- 500g thịt vai cừu, thái hạt lựu
- 4 củ khoai tây, gọt vỏ và cắt khối
- 2 kūmara (khoai lang), gọt vỏ và cắt khối
- 2 củ cà rốt, gọt vỏ và thái lát
- 1 củ hành tây, xắt nhỏ
- 2 tép tỏi, băm nhỏ
- 2 chén nước dùng thịt bò hoặc thịt cừu
- 2 thìa cà phê thì là xay
- 2 thìa cà phê rau mùi đất
- Muối và hạt tiêu cho vừa ăn
- Bạc hà tươi cắt nhỏ để trang trí

HƯỚNG DẪN:
a) Trong một cái nồi lớn, chiên thịt cừu thái hạt lựu.
b) Thêm hành tây xắt nhỏ và tỏi băm vào, xào cho đến khi mềm.
c) Khuấy khoai tây, kūmara, cà rốt, nước dùng, thì là và rau mùi xay.
d) Nêm muối và hạt tiêu, đậy nắp và đun nhỏ lửa cho đến khi thịt cừu mềm và rau chín.
e) Trang trí với bạc hà tươi cắt nhỏ trước khi dùng.

56. Rewena Paraoa (Bánh mì Māori) Burger

THÀNH PHẦN:
- Bánh burger thịt bò hoặc thịt cừu
- Những lát bánh mì Rewena (từ công thức Rewena Paraoa trong phản hồi trước)
- Lá rau diếp
- lát cà chua
- Hành tây chiên
- lát củ cải đường
- Nước sốt burger yêu thích của bạn

HƯỚNG DẪN:
a) Nướng hoặc nấu những miếng bánh burger theo sở thích của bạn.
b) Bánh mì nướng lát Rewena.
c) Lắp ráp bánh mì kẹp thịt bằng cách đặt một lá rau diếp lên một lát bánh mì, tiếp theo là miếng bánh mì kẹp thịt, lát cà chua, hành tây chiên, lát củ cải đường và nước sốt yêu thích của bạn.
d) Phủ một lát bánh mì Rewena khác lên trên.

57. Đuôi Tôm càng xanh (Tôm hùm đá) sốt bơ tỏi

THÀNH PHẦN:
- 4 đuôi tôm càng, chia làm đôi
- 1/2 chén bơ, tan chảy
- 4 tép tỏi, băm nhỏ
- 2 muỗng canh mùi tây tươi, xắt nhỏ
- Muối và hạt tiêu cho vừa ăn
- Nêm chanh để phục vụ

HƯỚNG DẪN:
a) Làm nóng lò nướng hoặc thịt nướng trước.
b) Trong một bát, trộn đều bơ tan chảy, tỏi băm, rau mùi tây cắt nhỏ, muối và tiêu.
c) Quét hỗn hợp bơ tỏi lên đuôi tôm.
d) Nướng đuôi tôm cho đến khi chín và hơi cháy.
e) Ăn kèm với chanh ở bên cạnh.

58. Thịt cừu cà ri xanh New Zealand

THÀNH PHẦN:
- 500g thịt cừu, thái hạt lựu
- 2 muỗng canh bột cà ri xanh
- 1 lon (400ml) nước cốt dừa
- 1 chén đậu xanh, gọt vỏ
- 1 quả ớt chuông đỏ, thái lát
- 1 chén rau bina bé
- 2 thìa nước mắm
- 1 muỗng canh đường nâu
- Cơm gạo thơm nấu chín để phục vụ

HƯỚNG DẪN:
a) Trong chảo hoặc chảo lớn, làm chín thịt cừu thái hạt lựu.
b) Thêm bột cà ri xanh và khuấy trong một phút.
c) Đổ nước cốt dừa, nước mắm và đường nâu vào. Đun sôi.
d) Thêm đậu xanh và ớt chuông đỏ vào nấu cho đến khi rau mềm.
e) Khuấy rau bina bé cho đến khi héo.
f) Ăn kèm cơm hoa nhài đã nấu chín.

59. Gà nhồi thịt Hangī

THÀNH PHẦN:
- 1 con gà nguyên con
- 2 cốc hỗn hợp nhồi
- 1 củ hành tây, thái nhỏ
- 2 thìa bơ
- Muối và hạt tiêu cho vừa ăn
- Dầu ô liu

HƯỚNG DẪN:
a) Chuẩn bị nhồi theo hướng dẫn gói.
b) Nhồi phần nhồi đã chuẩn bị vào khoang gà.
c) Trong chảo, xào hành tây xắt nhỏ trong bơ cho đến khi mềm.
d) Xoa gà với dầu ô liu, muối và hạt tiêu.
e) Nướng gà trong lò cho đến khi chín và có màu vàng nâu.
f) Phục vụ với nhồi bổ sung ở bên cạnh.

60. Món luộc của người Maori

THÀNH PHẦN:
- 500g xương heo hoặc thịt ba chỉ
- 1 củ hành tây, xắt nhỏ
- 2 củ khoai tây, gọt vỏ và thái hạt lựu
- 2 kūmara (khoai lang), gọt vỏ và thái hạt lựu
- 1 chén cải xoong hoặc rau bina
- 1 chén lá puha (gieo cây kế) hoặc thay thế bằng rau bina
- 1 chén đậu xanh, xắt nhỏ
- Muối và hạt tiêu cho vừa ăn

HƯỚNG DẪN:

a) Trong một nồi lớn, đun sôi xương heo hoặc thịt ba chỉ với lượng nước vừa đủ.

b) Hớt hết bọt, sau đó thêm hành tây cắt nhỏ, khoai tây thái hạt lựu và kūmara.

c) Đun nhỏ lửa cho đến khi khoai tây gần mềm.

d) Thêm cải xoong, lá puha và đậu xanh. Tiếp tục đun nhỏ lửa cho đến khi tất cả các loại rau đều chín.

e) Nêm với muối và hạt tiêu.

f) Ăn nóng.

61. Tacos cá tuyết xanh

THÀNH PHẦN:
- 500g phi lê cá tuyết xanh, cắt thành dải
- 1 chén bột mì
- 1 thìa cà phê bột nở
- 1 cốc bia (lager cũng được)
- 1 thìa cà phê ớt bột
- Muối và hạt tiêu cho vừa ăn
- Bánh ngô
- Bắp cải xắt nhuyễn
- Củ cải thái lát
- chanh nêm
- Rau mùi tươi để trang trí

HƯỚNG DẪN:
a) Trong tô, trộn bột mì, bột nở, bia, ớt bột, muối và hạt tiêu để làm bột.
b) Nhúng dải cá tuyết xanh vào bột, để phần thừa chảy ra.
c) Chiên cá đã tráng trong dầu nóng cho đến khi vàng nâu và giòn.
d) Làm ấm bánh ngô và kết hợp bánh taco với bắp cải thái nhỏ, cá dải, củ cải thái lát, chanh và ngò tươi.

62. Gà tráng men Kiwi

THÀNH PHẦN:
- 4 ức gà
- 2 quả kiwi, gọt vỏ và nghiền nát
- 1/4 chén nước tương
- 2 thìa mật ong
- 2 muỗng canh dầu ô liu
- 2 tép tỏi, băm nhỏ
- 1 thìa cà phê gừng, nạo
- Muối và hạt tiêu cho vừa ăn
- Hạt mè để trang trí

HƯỚNG DẪN:
a) Trong một bát, trộn kiwi nghiền, nước tương, mật ong, dầu ô liu, tỏi băm, gừng bào, muối và tiêu.
b) Ướp ức gà trong hỗn hợp kiwi trong ít nhất 30 phút.
c) Làm nóng lò nướng hoặc thịt nướng trước.
d) Nướng gà cho đến khi chín hẳn, rưới nước xốt.
e) Trang trí với hạt vừng trước khi dùng.

SÚP VÀ SÚP

63. Súp hến môi xanh

THÀNH PHẦN:
- 1 kg vẹm xanh đã làm sạch, bỏ râu
- 2 thìa bơ
- 1 củ hành tây, xắt nhỏ
- 2 tép tỏi, băm nhỏ
- 2 củ khoai tây, gọt vỏ và thái hạt lựu
- 2 củ cà rốt, gọt vỏ và thái lát
- 4 chén nước luộc cá hoặc rau
- 1 cốc kem
- 1 cốc sữa
- Muối và hạt tiêu cho vừa ăn
- Rau mùi tây tươi cắt nhỏ để trang trí

HƯỚNG DẪN:
a) Trong một nồi lớn, làm tan chảy bơ rồi xào hành tây xắt nhỏ và tỏi băm cho đến khi mềm.
b) Thêm khoai tây thái hạt lựu, cà rốt thái lát và nước dùng. Đun nhỏ lửa cho đến khi rau mềm.
c) Thêm hến đã làm sạch, kem và sữa vào. Nấu cho đến khi trai mở miệng và chín đều.
d) Nêm muối và hạt tiêu và trang trí với rau mùi tây tươi xắt nhỏ.

64. Kumara (Khoai lang) và súp bí ngô

THÀNH PHẦN:
- 2 cốc kumara (khoai lang), gọt vỏ và thái hạt lựu
- 2 chén bí ngô, gọt vỏ và thái hạt lựu
- 1 củ hành tây, xắt nhỏ
- 2 tép tỏi, băm nhỏ
- 4 chén nước luộc rau
- 1 thìa cà phê thì là xay
- Muối và hạt tiêu cho vừa ăn
- Dầu ô liu để nấu ăn
- Kem chua và hẹ để trang trí

HƯỚNG DẪN:

a) Trong một nồi lớn, đun nóng dầu ô liu trên lửa vừa. Thêm hành tây và tỏi xắt nhỏ, xào cho đến khi mềm.

b) Thêm kumara thái hạt lựu và bí ngô vào, khuấy đều để hỗn hợp hành và tỏi phủ đều.

c) Đổ nước luộc rau vào, thêm thì là xay, muối và tiêu.

d) Đun sôi, sau đó giảm nhiệt và đun nhỏ lửa cho đến khi rau mềm.

e) Sử dụng máy xay ngâm để xay nhuyễn súp cho đến khi mịn.

f) Ăn nóng, trang trí với một ít kem chua và hẹ cắt nhỏ.

65. Kumara (Khoai lang) và súp thịt xông khói

THÀNH PHẦN:
- 2 kumara lớn (khoai lang), gọt vỏ và thái hạt lựu
- 1 củ hành tây, xắt nhỏ
- 2 tép tỏi, băm nhỏ
- 4 chén nước luộc gà hoặc rau
- 200g thịt xông khói, cắt nhỏ
- 1 cốc kem
- Muối và hạt tiêu cho vừa ăn
- Hẹ tươi để trang trí

HƯỚNG DẪN:

a) Trong một nồi lớn, xào hành tây xắt nhỏ và tỏi băm cho đến khi mềm.

b) Thêm kumara thái hạt lựu và thịt xông khói cắt nhỏ vào nấu cho đến khi thịt xông khói giòn.

c) Đổ nước dùng vào, đun sôi, sau đó giảm nhiệt và đun nhỏ lửa cho đến khi kumara mềm.

d) Sử dụng máy xay ngâm để xay nhuyễn súp cho đến khi mịn.

e) Khuấy kem và nêm muối và hạt tiêu.

f) Trang trí với hẹ tươi trước khi dùng.

66. Súp hến môi xanh

THÀNH PHẦN:
- 1 kg vẹm xanh đã làm sạch, bỏ râu
- 2 thìa bơ
- 1 củ hành tây, xắt nhỏ
- 2 tép tỏi, băm nhỏ
- 2 củ khoai tây, gọt vỏ và thái hạt lựu
- 2 củ cà rốt, gọt vỏ và thái lát
- 4 chén nước luộc cá hoặc rau
- 1 cốc kem
- Muối và hạt tiêu cho vừa ăn
- Rau mùi tây tươi cắt nhỏ để trang trí

HƯỚNG DẪN:

a) Trong một nồi lớn, làm tan chảy bơ rồi xào hành tây xắt nhỏ và tỏi băm cho đến khi mềm.

b) Thêm khoai tây thái hạt lựu, cà rốt thái lát và nước dùng. Đun nhỏ lửa cho đến khi rau mềm.

c) Thêm hến đã làm sạch, kem vào và nấu cho đến khi hến mở miệng và chín đều.

d) Nêm muối và hạt tiêu và trang trí với rau mùi tây tươi xắt nhỏ.

67. Súp bí ngô và bào ngư

THÀNH PHẦN:
- 500g bí ngô, gọt vỏ và thái hạt lựu
- 1 củ hành tây, xắt nhỏ
- 2 tép tỏi, băm nhỏ
- 1 chén paua (bào ngư), thái lát
- 4 chén nước luộc gà hoặc rau
- 1 thìa cà phê thì là xay
- 1 thìa cà phê rau mùi đất
- Muối và hạt tiêu cho vừa ăn
- Dầu ô liu để nấu ăn
- Sữa chua Hy Lạp để trang trí

HƯỚNG DẪN:

a) Trong một nồi lớn, xào hành tây xắt nhỏ và tỏi băm trong dầu ô liu cho đến khi mềm.

b) Thêm bí ngô thái hạt lựu và paua thái lát vào, khuấy đều để hỗn hợp hành và tỏi phủ đều.

c) Đổ nước dùng vào, thêm thì là và rau mùi. Đun sôi, sau đó giảm nhiệt và đun nhỏ lửa cho đến khi bí ngô mềm.

d) Sử dụng máy xay ngâm để xay nhuyễn súp cho đến khi mịn.

e) Nêm muối và hạt tiêu, dùng kèm với một ít sữa chua Hy Lạp.

68. Súp trai và khoai tây

THÀNH PHẦN:
- 1 kg trai đã làm sạch, bỏ râu
- 2 thìa bơ
- 1 củ hành tây, xắt nhỏ
- 2 cọng cần tây, xắt nhỏ
- 2 củ khoai tây, gọt vỏ và thái hạt lựu
- 4 chén nước luộc cá hoặc rau
- 1 cốc sữa
- 2 thìa bột mì
- Muối và hạt tiêu cho vừa ăn
- Thì là tươi để trang trí

HƯỚNG DẪN:

a) Trong một nồi lớn, làm tan chảy bơ rồi xào hành tây và cần tây xắt nhỏ cho đến khi mềm.

b) Thêm khoai tây thái hạt lựu và nấu trong vài phút.

c) Đổ nước dùng vào và đun nhỏ lửa cho đến khi khoai tây mềm.

d) Trong một bát riêng, trộn bột mì với một chút sữa để tạo thành hỗn hợp sền sệt. Khuấy vào nồi để làm đặc hỗn hợp súp lơ.

e) Thêm hến đã làm sạch và nấu cho đến khi chúng mở miệng. Đổ phần sữa còn lại vào.

f) Nêm muối và hạt tiêu, trang trí với thì là tươi trước khi dùng.

69. Súp bí ngô và thịt xông khói

THÀNH PHẦN:
- 500g bí ngô, gọt vỏ và thái hạt lựu
- 200g thịt xông khói, cắt nhỏ
- 1 củ hành tây, xắt nhỏ
- 2 tép tỏi, băm nhỏ
- 4 chén nước luộc gà hoặc rau
- 1 muỗng cà phê hạt nhục đậu khấu
- Muối và hạt tiêu cho vừa ăn
- Dầu ô liu để nấu ăn
- Kem chua để trang trí

HƯỚNG DẪN:
a) Trong một chiếc nồi lớn, xào hành tây xắt nhỏ, tỏi băm và thịt xông khói cắt nhỏ trong dầu ô liu cho đến khi thịt xông khói giòn.
b) Thêm bí đỏ thái hạt lựu, nhục đậu khấu vào và khuấy đều.
c) Đổ nước dùng vào và đun sôi, sau đó giảm nhiệt và đun nhỏ lửa cho đến khi bí đỏ mềm.
d) Sử dụng máy xay ngâm để xay nhuyễn súp cho đến khi mịn.
e) Nêm muối và hạt tiêu, trang trí bằng một ít kem chua trước khi dùng.

70. Kūmara và súp dừa

THÀNH PHẦN:
- 2 kūmara lớn (khoai lang), gọt vỏ và thái hạt lựu
- 1 củ hành tây, xắt nhỏ
- 2 tép tỏi, băm nhỏ
- 1 lon (400ml) nước cốt dừa
- 4 chén nước luộc rau
- 1 thìa cà phê bột nghệ
- 1 thìa cà phê thì là xay
- Muối và hạt tiêu cho vừa ăn
- Rau mùi tươi để trang trí

HƯỚNG DẪN:

a) Trong một nồi lớn, xào hành tây xắt nhỏ và tỏi băm cho đến khi mềm.

b) Thêm kūmara thái hạt lựu, bột nghệ và thì là xay. Khuấy đều để phủ rau.

c) Đổ nước cốt dừa và nước luộc rau vào. Đun sôi, sau đó giảm nhiệt và đun nhỏ lửa cho đến khi kūmara mềm.

d) Sử dụng máy xay ngâm để xay nhuyễn súp cho đến khi mịn.

e) Nêm muối và hạt tiêu, trang trí với rau mùi tươi trước khi dùng.

71. Súp đậu xanh và giăm bông

THÀNH PHẦN:
- 2 chén đậu xanh (tươi hoặc đông lạnh)
- 200g giăm bông, thái hạt lựu
- 1 củ hành tây, xắt nhỏ
- 2 củ cà rốt, gọt vỏ và thái lát
- 2 củ khoai tây, gọt vỏ và thái hạt lựu
- 4 chén nước luộc gà hoặc rau
- 1 lá nguyệt quế
- Muối và hạt tiêu cho vừa ăn
- Húng tây tươi để trang trí

HƯỚNG DẪN:
a) Trong một nồi lớn, xào hành tây xắt nhỏ cho đến khi mềm.
b) Thêm giăm bông thái hạt lựu, cà rốt thái lát, khoai tây thái hạt lựu, đậu xanh và lá nguyệt quế. Khuấy để kết hợp.
c) Đổ nước dùng vào và đun nhỏ lửa cho đến khi rau mềm.
d) Loại bỏ lá nguyệt quế và sử dụng máy xay ngâm để xay nhuyễn một phần súp, để lại một số khối để tạo kết cấu.
e) Nêm muối và hạt tiêu, trang trí với húng tây tươi trước khi dùng.

72. Súp thịt lợn và cải xoong

THÀNH PHẦN:
- 500g thịt thăn lợn, thái lát mỏng
- 1 bó cải xoong, xắt nhỏ
- 1 củ hành tây, xắt nhỏ
- 2 tép tỏi, băm nhỏ
- 4 chén nước dùng gà hoặc lợn
- 1 chén đậu tuyết, cắt nhỏ
- 1 chén giá đỗ
- Nước tương để nếm thử
- Dầu mè để làm mưa phùn

HƯỚNG DẪN:
a) Trong một nồi lớn, xào hành tây xắt nhỏ và tỏi băm cho đến khi mềm.
b) Thêm thăn lợn thái lát mỏng và nấu cho đến khi chín vàng.
c) Đổ nước dùng gà hoặc thịt lợn vào và đun nhỏ lửa.
d) Thêm cải xoong xắt nhỏ, đậu Hà Lan và giá đỗ. Nấu cho đến khi rau mềm.
e) Nêm nước tương cho vừa ăn và rưới dầu mè trước khi dùng.

73. Súp lơ hải sản New Zealand

THÀNH PHẦN:
- 200g phi lê cá trắng, thái hạt lựu
- 200g trai, làm sạch và bỏ râu
- 200g tôm, bóc vỏ và bỏ chỉ
- 2 thìa bơ
- 1 củ hành tây, xắt nhỏ
- 2 củ cà rốt, gọt vỏ và thái hạt lựu
- 2 củ khoai tây, gọt vỏ và thái hạt lựu
- 4 chén nước luộc cá hoặc rau
- 1 cốc sữa
- 1/2 cốc kem
- Muối và hạt tiêu cho vừa ăn
- Rau mùi tây tươi cắt nhỏ để trang trí

HƯỚNG DẪN:

a) Trong một nồi lớn, làm tan chảy bơ và xào hành tây xắt nhỏ cho đến khi mềm.

b) Thêm cà rốt thái hạt lựu, khoai tây thái hạt lựu và nước dùng. Đun nhỏ lửa cho đến khi rau mềm.

c) Thêm cá trắng thái hạt lựu, trai làm sạch và tôm bóc vỏ. Nấu cho đến khi hải sản chín hẳn.

d) Đổ sữa và kem vào. Đun nhỏ lửa cho đến khi nóng qua.

e) Nêm muối và hạt tiêu, trang trí với rau mùi tây tươi xắt nhỏ trước khi dùng.

74. Súp rau Hangī

THÀNH PHẦN:
- 2 kūmara (khoai lang), gọt vỏ và thái hạt lựu
- 2 củ khoai tây, gọt vỏ và thái hạt lựu
- 2 củ cà rốt, gọt vỏ và thái lát
- 1 củ hành tây, xắt nhỏ
- 2 tép tỏi, băm nhỏ
- 1 chén lá puha (gieo cây kế) hoặc rau bina
- 4 chén nước luộc rau
- 1 thìa cà phê rau mùi đất
- 1 thìa cà phê thì là xay
- Muối và hạt tiêu cho vừa ăn
- Dầu ô liu để nấu ăn

HƯỚNG DẪN:

a) Trong một nồi lớn, xào hành tây xắt nhỏ và tỏi băm trong dầu ô liu cho đến khi mềm.

b) Thêm kūmara thái hạt lựu, khoai tây thái hạt lựu, cà rốt thái lát và rau mùi xay. Khuấy đều để phủ rau.

c) Đổ nước luộc rau vào và đun sôi, sau đó giảm nhiệt và đun nhỏ lửa cho đến khi rau mềm.

d) Thêm lá puha hoặc rau bina và nấu cho đến khi héo.

e) Nêm với thì là, muối và hạt tiêu trước khi dùng.

BÊN VÀ XA LÁT

75.Gratin rau bina New Zealand

THÀNH PHẦN:
- 1 pound (450g) rau bina New Zealand, rửa sạch và cắt nhỏ
- 2 muỗng canh dầu ô liu
- 1 củ hành tây, thái nhỏ
- 2 tép tỏi, băm nhỏ
- Muối và hạt tiêu cho vừa ăn
- 1 cốc kem đặc (240ml)
- 1 cốc (100g) phô mai Gruyere hoặc Parmesan bào
- 2 muỗng canh vụn bánh mì

HƯỚNG DẪN:

a) Làm nóng lò nướng của bạn ở nhiệt độ 375°F (190°C).

b) Trong chảo lớn, đun nóng dầu ô liu trên lửa vừa. Thêm hành tây xắt nhỏ và tỏi băm. Xào cho đến khi hành tây mềm và trong suốt.

c) Thêm rau bina New Zealand cắt nhỏ vào chảo. Nấu trong vài phút cho đến khi rau bina héo. Nêm muối và hạt tiêu cho vừa ăn.

d) Trong một chảo riêng, đun nóng kem đặc trên lửa vừa. Sau khi đun nóng, thêm phô mai bào vào và khuấy cho đến khi tan chảy. Nêm thêm muối và hạt tiêu nếu cần.

e) Kết hợp hỗn hợp rau bina xào với hỗn hợp phô mai và kem. Trộn đều để rau bina phủ đều.

f) Chuyển hỗn hợp vào đĩa nướng, trải đều.

g) Rắc vụn bánh mì lên trên hỗn hợp rau bina. Điều này sẽ tạo thêm kết cấu giòn cho gratin.

h) Nướng trong lò làm nóng trước khoảng 20-25 phút hoặc cho đến khi mặt trên có màu nâu vàng và gratin sủi bọt.

i) Lấy ra khỏi lò và để nguội trong vài phút trước khi dùng. Phục vụ món Gratin rau bina New Zealand như một món ăn phụ hoặc món chính nhẹ.

76. Đậu nướng lấy cảm hứng từ Hāngī

THÀNH PHẦN:
- 2 lon (mỗi lon 15 oz) đậu cannellini, để ráo nước và rửa sạch
- 1 củ hành tây, thái nhỏ
- 2 tép tỏi, băm nhỏ
- 1 cốc cà chua passata (cà chua xay nhuyễn)
- 1/4 chén đường nâu
- 2 muỗng canh sốt Worcestershire
- Muối và hạt tiêu cho vừa ăn

HƯỚNG DẪN:
a) Làm nóng lò ở nhiệt độ 180°C (350°F).
b) Trong một món nướng, kết hợp đậu cannellini, hành tây xắt nhỏ, tỏi băm, cà chua passata, đường nâu và sốt Worcestershire.
c) Nêm muối và hạt tiêu, khuấy đều và đậy đĩa bằng giấy bạc.
d) Nướng trong khoảng 30-40 phút hoặc cho đến khi đậu mềm và hương vị hòa quyện vào nhau.
e) Dùng như món ăn kèm hoặc bánh mì nướng cho bữa sáng thịnh soạn.

77. Xa lát Kūmara và rau bina với Halloumi nướng

THÀNH PHẦN:
- 2 cốc kūmara (khoai lang), gọt vỏ và cắt khối
- 200g phô mai halloumi, thái lát
- 4 chén rau chân vịt non
- 1/4 chén hạt bí ngô
- 1/4 chén dầu ô liu
- 2 muỗng canh giấm balsamic
- 1 thìa mật ong
- Muối và hạt tiêu cho vừa ăn

HƯỚNG DẪN:
a) Hấp hoặc nướng kūmara cho đến khi mềm.
b) Trong chảo, nướng các lát halloumi cho đến khi vàng nâu cả hai mặt.
c) Trong một tô lớn, trộn rau bina non, kūmara, halloumi nướng và hạt bí ngô.
d) Trong một bát nhỏ, trộn đều dầu ô liu, giấm balsamic, mật ong, muối và hạt tiêu.
e) Rưới nước sốt lên món xa lát trước khi dùng.

78. Đóng hộp rau bina New Zealand

THÀNH PHẦN:
- 2 đến 6 pound rau bina New Zealand tươi, non và mềm

Phương pháp (Gói nóng):
a) Chọn rau bina mới hái, non và mềm.
b) Tổ chức và chuẩn bị tất cả các thiết bị cần thiết và khu vực làm việc của bạn.
c) Rửa kỹ rau bina qua nhiều lần thay nước và cẩn thận nhặt để loại bỏ tạp chất.
d) Loại bỏ những cọng cứng và gân giữa của rau bina.
e) Cho rau bina đã chuẩn bị vào nồi lớn với lượng nước vừa đủ để tránh bị dính. Thông thường, lượng nước bám vào lá là đủ.
f) Đun nóng rau bina cho đến khi nó héo, lật rau bina khi hơi nước bắt đầu bốc lên xung quanh các cạnh của chảo. Trước khi đóng gói, hãy cắt rau bina nhiều lần bằng dao sắc hoặc kéo nhà bếp.
g) Gói rau bina nóng thật lỏng vào lọ pint hoặc lít nóng, chừa một khoảng trống 1 inch tính từ ngọn. Tùy ý, thêm ½ thìa cà phê muối vào mỗi lọ pint hoặc 1 thìa cà phê cho mỗi lít.
h) Đổ nước sôi vào lọ, chừa khoảng trống 1 inch tính từ miệng lọ.
i) Lau phần trên và phần ren của lọ bằng vải ẩm và sạch.
j) Đậy nắp và vặn đai theo hướng dẫn của nhà sản xuất.
k) Xử lý lọ ở áp suất 10 pound: 1 giờ 10 phút đối với lít, hoặc 1 giờ 30 phút đối với lít.

79. Xa lát New Zealand ba màu

THÀNH PHẦN:
- 4 quả Kiwi
- 1 quả cà chua lớn
- 1 quả dưa chuột
- 2 quả bơ
- Cành húng quế tươi
- ½ cốc nước cam
- 1 muỗng cà phê giấm balsamic
- ½ thìa cà phê mù tạt Dijon

HƯỚNG DẪN:
a) Rửa và cắt bỏ phần đầu của quả kiwi.
b) Cắt kiwi thành lát dày ¼ inch.
c) Cắt cà chua thành nêm.
d) Cắt lát dưa chuột.
e) Gọt vỏ và cắt lát quả bơ.
f) Xếp các lát kiwi, lát cà chua, lát dưa chuột và bơ cắt lát đều vào bốn đĩa xa lát.
g) Trang trí mỗi đĩa bằng nhánh húng quế tươi.
h) Trong một bát nhỏ, trộn đều nước cam, giấm balsamic và mù tạt Dijon cho đến khi hòa quyện hoàn toàn.
i) Rưới nước sốt lên đĩa xa lát đã chuẩn bị ngay trước khi dùng.

80. Xa lát gạo lứt và quả Kiwi New Zealand

THÀNH PHẦN:
- 1 chén gạo lứt
- 2 quả Kiwi
- 1 quả táo Granny Smith hoặc Braeburn mới
- ½ chén cần tây thái lát mỏng
- ½ chén ớt đỏ
- ¼ chén quả óc chó nướng
- ¼ chén hành lá thái mỏng
- 2 muỗng canh rau mùi tây xắt nhỏ
- 3 muỗng canh giấm Sherry
- 1 muỗng canh dầu ô liu

HƯỚNG DẪN:
a) Nấu gạo lứt trong nước theo hướng dẫn trên bao bì.
b) Xả và để nguội.
c) Gọt vỏ kiwi và cắt thành lát dày ¼ inch. Cắt các lát làm đôi để tạo thành hình bán nguyệt.
d) Bỏ lõi táo và cắt thành khối ½ inch.
e) Cắt mỏng cần tây, cắt ớt đỏ thành dải và nướng từng miếng quả óc chó.
f) Trong tô xa lát, trộn gạo lứt đã nấu chín, quả kiwi, táo thái hạt lựu, cần tây thái lát mỏng, ớt đỏ, miếng óc chó nướng, hành lá và rau mùi tây cắt nhỏ.
g) Trong một bát riêng, trộn giấm sherry và dầu ô liu với nhau.
h) Rưới hỗn hợp giấm và dầu lên món xa lát.
i) Trộn xa lát để đảm bảo tất cả nguyên liệu đều được phủ đều nước sốt.
j) Đậy xa lát và để lạnh trong 1-2 giờ để hương vị hòa quyện trước khi dùng.

81. Cam New Zealand với cơm đu đủ và Điệu Salsa

THÀNH PHẦN:
ĐỐI VỚI GẠO:
- 3 chén cơm trắng đồ hoặc cơm 20 phút
- 6 cốc nước ép đu đủ
- 2 muỗng canh bơ thực vật
- 1½ muỗng cà phê muối
- ¼ chén hẹ tươi, băm nhỏ

ĐỐI VỚI CÁ:
- 4½ pound Orange Roughy (hoặc 12 miếng phi lê nặng 6 ounce)
- 12 ounce men hải sản và nước sốt phết

ĐỐI VỚI ĐIỆU SALSA TRÁI CÂY cay:
- 2 quả đu đủ, gọt vỏ, bỏ hạt và thái hạt lựu
- 2 quả Kiwi, gọt vỏ và thái hạt lựu
- 1 quả ớt chuông đỏ lớn, bỏ hạt và thái hạt lựu
- 1 củ hành đỏ lớn, thái hạt lựu
- 2 quả ớt Jalapeno, bỏ hạt và băm nhỏ
- ¼ cốc nước cốt chanh tươi
- ¼ cốc nước chanh tươi

ĐI KÈM:
- Xa lát
- Đậu xanh hấp

HƯỚNG DẪN:
ĐỐI VỚI ĐIỆU SALSA TRÁI CÂY cay:
a) Kết hợp tất cả các thành phần điệu Salsa trong một cái bát.
b) Bìa và tủ lạnh cho đến khi sẵn sàng phục vụ.

ĐỐI VỚI GẠO:
c) Cho nước ép đu đủ vào nồi đun sôi.
d) Thêm bơ thực vật và muối vào, sau đó cho cơm vào trộn đều.
e) Giảm nhiệt, đậy nắp và đun nhỏ lửa trong 20 phút.
f) Trước khi dùng, thêm hẹ băm nhỏ.

ĐỐI VỚI CÁ:
g) Rửa phi lê thô màu cam dưới nước lạnh và vỗ nhẹ cho khô.
h) Nướng phi lê trên lửa vừa, cách nguồn nhiệt 6 inch, mỗi mặt từ 3 đến 4 phút hoặc cho đến khi cá bong ra dễ dàng bằng nĩa.
i) Ướp phi lê với men hải sản đã chuẩn bị sẵn và nước sốt phết.

CUỘC HỌP:
j) Phục vụ từng miếng phi lê thô màu cam với một lượng lớn điệu Salsa trái cây cay.
k) Cho cá ra đĩa với cơm đu đủ và đậu xanh hấp chín.
l) Bao gồm một món xa lát tươi như một món ăn kèm sảng khoái.

82. Kūmara (Khoai lang) nêm

THÀNH PHẦN:
- 2 kūmara (khoai lang) lớn, gọt vỏ và cắt thành từng miếng vừa ăn
- 2 muỗng canh dầu ô liu
- 1 muỗng cà phê ớt bột xông khói
- 1 thìa cà phê thì là xay
- Muối và hạt tiêu cho vừa ăn
- Rau mùi tây tươi để trang trí

HƯỚNG DẪN:
a) Làm nóng lò ở 200°C (180°C dùng quạt).
b) Trong một cái bát, trộn các miếng kūmara với dầu ô liu, ớt bột xông khói, thì là xay, muối và tiêu.
c) Trải các miếng nêm lên khay nướng thành một lớp duy nhất.
d) Nướng trong lò khoảng 25-30 phút hoặc cho đến khi vàng và giòn.
e) Trang trí với rau mùi tây tươi trước khi phục vụ.

83. Khoai tây Quay lại

THÀNH PHẦN:
- 6 củ khoai tây cỡ vừa/rang hoặc khoai tây đa dụng, đã chà sạch
- 50g bơ
- 2 muỗng canh dầu ô liu

HƯỚNG DẪN:

a) Cắt từng củ khoai tây thành những lát mỏng cách gốc khoai tây khoảng 0,5–1 cm.

b) Có một số cách để làm điều này, nhưng tôi thích đặt một củ khoai tây vào giữa hai tấm ván, đĩa hoặc cán thìa gỗ dày 6 mm để con dao của tôi không thể cắt xuyên suốt.

c) Chọn đĩa nướng hoặc chảo rán chịu nhiệt vừa khít với khoai tây (không chặt) và có cạnh không quá cao (cao 3–5cm là tốt).

d) Đun chảy bơ và dầu ô liu trong chảo trên bếp rồi cho 1 thìa cà phê muối vào khuấy đều.

e) Lật khoai tây vào trong để phủ đều rồi xếp mặt cắt lên trên.

f) Đổ nước sôi vừa đủ sao cho ngập khoảng 1/4 củ khoai tây.

g) Nướng trong 1 giờ 15 phút, cứ 15 phút lại phết nước bơ.

h) Thêm một ít nước nữa trong 30 phút cuối nếu nó bay hơi.

84. Xa lát khoai tây New Zealand

THÀNH PHẦN:
- 4 chén khoai tây nấu chín và thái hạt lựu
- 1/2 chén sốt mayonaise
- 1 muỗng canh mù tạt Dijon
- 2 muỗng canh giấm táo
- 1 củ hành tây, thái nhỏ
- 4 quả trứng luộc chín, cắt nhỏ
- Muối và hạt tiêu cho vừa ăn
- Hẹ tươi để trang trí

HƯỚNG DẪN:

a) Trong một tô lớn, trộn đều sốt mayonnaise, mù tạt Dijon, giấm rượu táo, muối và hạt tiêu.

b) Thêm khoai tây nấu chín và thái hạt lựu, hành tây xắt nhỏ và trứng luộc chín. Quẳng vào áo khoác.

c) Trang trí với hẹ tươi trước khi dùng.

d) Làm lạnh trong tủ lạnh trước khi dùng để có hương vị tốt nhất.

85. Kīnaki Xa lát (Xa lát cà chua và bơ)

THÀNH PHẦN:
- 4 quả cà chua chín, thái hạt lựu
- 2 quả bơ, thái hạt lựu
- 1 củ hành đỏ, thái lát mỏng
- 1/4 chén ngò tươi xắt nhỏ
- Nước ép 1 quả chanh
- 2 muỗng canh dầu ô liu
- Muối và hạt tiêu cho vừa ăn

HƯỚNG DẪN:

a) Trong một tô lớn, trộn cà chua thái hạt lựu, bơ thái hạt lựu, hành đỏ thái lát mỏng và ngò cắt nhỏ.

b) Trong một bát nhỏ, trộn đều nước cốt chanh, dầu ô liu, muối và hạt tiêu.

c) Đổ nước sốt lên món xa lát và trộn nhẹ nhàng để nước sốt thấm đều.

d) Dùng ngay như một món xa lát ăn kèm sảng khoái.

86. Xà lách trộn với táo và quả óc chó

THÀNH PHẦN:
- 4 chén bắp cải thái nhỏ (xanh và đỏ)
- 1 củ cà rốt, bào sợi
- 1 quả táo, thái lát mỏng
- 1/2 chén quả óc chó cắt nhỏ
- 1/2 chén sốt mayonaise
- 2 muỗng canh giấm táo
- 1 thìa mật ong
- Muối và hạt tiêu cho vừa ăn

HƯỚNG DẪN:

a) Trong một tô lớn, trộn bắp cải thái nhỏ, cà rốt bào sợi, táo thái lát và quả óc chó cắt nhỏ.

b) Trong một bát nhỏ, trộn đều sốt mayonnaise, giấm táo, mật ong, muối và hạt tiêu.

c) Đổ nước sốt lên xà lách trộn và trộn đều cho đến khi hòa quyện.

d) Làm lạnh ít nhất 30 phút trước khi dùng để cho hương vị hòa quyện.

87. Điệu Salsa cây kế

THÀNH PHẦN:
- 2 x tép tỏi
- 60g cây kế gieo
- 100g hạt phỉ ngâm
- 15g mùi tây
- ¼ muỗng cà phê muối biển
- 2 thìa cà phê ớt đỏ Hàn Quốc
- 4 muỗng canh dầu ô liu
- 10 quả cà chua bi (xắt nhỏ)

HƯỚNG DẪN:
a) Ngâm hạt phỉ trong nước sôi trong 60 phút. Lọc và rửa kỹ.

b) Ngâm cây kế gieo trong nước lạnh trong 60 phút. Sau đó loại bỏ phiến lá ở những lá lớn hơn, loại bỏ cuống lá. Đừng bận tâm đến việc này với những chiếc lá nhỏ hơn, vì thân của chúng sẽ không bị xơ.

c) Nghiền nát tép tỏi và để yên trong 15 phút. Điều này "kích hoạt phản ứng enzym giúp tăng cường các hợp chất có lợi cho sức khỏe trong tỏi". GIỚI THIỆU

d) Cho hạt phỉ, cây kế, mùi tây, tỏi, muối biển, dầu ô liu, ớt đỏ Hàn Quốc vào máy xay thực phẩm. Sau đó đập cho đến khi cắt nhỏ và trộn đều. Bạn muốn có một hỗn hợp đặc sệt, không bị chảy nước.

e) Bây giờ hãy cắt nhỏ cà chua cho vào tô và múc hỗn hợp cây kế gieo vào. Xiên cà chua qua điệu Salsa.

f) Sau đó dùng làm nước sốt với món ăn yêu thích của bạn. Theo truyền thống, nó được phục vụ với thịt nướng, nhưng đối với những người ăn thực vật, tôi khuyên bạn nên dùng với ổ bánh hạt, tempeh nướng, rau nướng và/hoặc khoai tây, v.v.

TRÁNG MIỆNG VÀ NGỌT NGÀO

88. Bánh Xốp New Zealand

THÀNH PHẦN:
- 3 quả trứng
- Một nhúm muối
- 1 cốc bột mì
- ¾ chén đường mịn (có thể dùng đường thường)
- 1 muỗng cà phê bột nở
- 50 gram Bơ tan chảy (khoảng 2 ounce)

HƯỚNG DẪN:

a) Trong tô trộn, đánh trứng và thêm một chút muối. Tiếp tục đánh cho đến khi hỗn hợp trở nên đặc.

b) Rây đều bột mì và bột nở, sau đó thêm hỗn hợp vào trứng đã đánh.

c) Cho bơ tan chảy vào hỗn hợp trứng và bột mì.

d) Bôi mỡ và lót khuôn bánh tròn sâu 20 cm (8 inch).

e) Đổ bột vào khuôn bánh đã chuẩn bị sẵn.

f) Nướng ở 190°C (375°F) trong 25-30 phút hoặc cho đến khi bánh mềm lại khi chạm nhẹ.

g) Để bánh nguội trong khuôn khoảng 10 phút trước khi chuyển bánh sang giá làm mát.

89. Bánh phô mai Kiwi New Zealand

THÀNH PHẦN:
VỎ TRÁI ĐẤT:
- 1½ cốc bánh quy giòn Graham
- ¼ cốc đường hạt
- 6 muỗng canh bơ, tan chảy

BÁNH PHO MÁT:
- 1 ½ pound kem phô mai
- 1 cốc đường hạt
- 2 thìa sữa
- ¼ thìa cà phê muối
- 1 muỗng cà phê chiết xuất vani
- 4 quả trứng lớn, đánh nhẹ

PHỦ BÊN TRÊN THỨC ĂN:
- 1 cốc kem chua
- 3 thìa đường bánh kẹo
- ½ thìa cà phê chiết xuất vani

TRÌNH BÀY:
- 2 quả Kiwi, gọt vỏ và thái lát

HƯỚNG DẪN:
a) Làm nóng lò: Làm nóng lò ở nhiệt độ 350 độ F.
CHUẨN BỊ Vỏ bánh:
b) Trong một tô trộn, trộn vụn bánh quy graham, đường cát và bơ tan chảy.
c) Nhấn hỗn hợp xuống đáy và một phần lên các cạnh của chảo lò xo 9 inch đã được bôi mỡ.
d) Nướng trong 10 phút trong lò làm nóng trước. Để nguội trước khi đổ đầy.
CHUẨN BỊ BÁNH PHÔ MAI:
e) Trong một tô trộn lớn, đánh kem phô mai, sữa, muối và vani cho đến khi hòa quyện.
f) Thêm trứng và đường cát vào, tiếp tục đánh cho đến khi hỗn hợp trở nên nhẹ và mịn như kem.
g) Đổ hỗn hợp bánh phô mai vào lớp vỏ đã chuẩn bị sẵn và nướng trong 35 phút hoặc cho đến khi có màu nâu nhạt và đặt vào giữa.
h) Lấy bánh ra khỏi lò và để nguội trong 10 phút.
CHUẨN BỊ HÀNG ĐẦU:
i) Trong một bát riêng, trộn đều kem chua, đường làm bánh kẹo và vani.
j) Trải phần trên lên trên bánh pho mát đã nguội.
k) Cho bánh trở lại lò nướng và nướng thêm 15 phút nữa.
l) Làm nguội bánh phô mai đến nhiệt độ phòng, sau đó cho vào tủ lạnh cho đến khi nguội.
m) Ngay trước khi ăn, trang trí mặt bánh bằng những lát kiwi.
n) Thưởng thức bánh phô mai Kiwi New Zealand thơm ngon của bạn!

90. Pavlova New Zealand

THÀNH PHẦN:
- 4 Lòng trắng trứng
- 1¼ chén đường Caster (hạt)
- 1 muỗng cà phê giấm trắng
- 1 muỗng cà phê tinh chất vani (chiết xuất)
- 1 muỗng canh Bột bắp (bột ngô)
- ½ lít kem
- 2 quả Kiwi
- 4 trái chanh dây

HƯỚNG DẪN:

a) Làm nóng lò ở nhiệt độ 180°C (356°F).
b) Dùng máy đánh trứng đánh lòng trắng trứng và đường trong 10 phút hoặc cho đến khi đặc và bóng.
c) Trộn giấm, tinh chất vani và bột ngô với nhau.
d) Thêm hỗn hợp vào meringue.
e) Đánh ở tốc độ cao thêm 5 phút nữa.
f) Lót khay nướng bằng giấy nướng (Không bôi mỡ).
g) Vẽ một vòng tròn 22 cm trên giấy nướng.
h) Trải hỗn hợp pavlova lên giấy nướng cách mép hình tròn 2 cm.
i) Giữ hình dạng tròn và đều nhất có thể.
j) Làm phẳng bề mặt trên cùng.
k) Đặt pavlova vào lò làm nóng trước, sau đó giảm nhiệt độ lò xuống 100°C (212°F).
l) Nướng pavlova trong 1 giờ.
m) Tắt lò, mở hé cửa lò và để pavlova trong lò cho đến khi nguội.
n) Cẩn thận nhấc pavlova lên đĩa phục vụ.
o) Trang trí với kem đánh bông, trái kiwi cắt lát và cùi chanh dây tươi.

91. Tim Tâm Chết đuối

THÀNH PHẦN:
- 1 muỗng gelato sô cô la hoặc kem
- 1 ly espresso
- 1 muỗng canh amarula
- bánh quy Tim Tâm nghiền nát

HƯỚNG DẪN:

a) Đặt một muỗng sô cô la gelato hoặc kem vào ly phục vụ.
b) Đổ một tách espresso nóng lên gelato.
c) Thêm một thìa rau dền vào chết đuối.
d) Rắc thêm bánh quy Tim Tâm nghiền nát.
e) Phục vụ ngay và thưởng thức sự kết hợp thú vị của sô cô la, cà phê và bánh quy.

92. Kem Hokey Pokey

THÀNH PHẦN:
- 2 cốc kem vani
- 1 cốc hokey pokey (kẹo bơ cứng tổ ong), nghiền nát
- Nước sốt sô cô la

HƯỚNG DẪN:
a) Làm mềm kem vani trong tô.
b) Gấp pokey hokey nghiền nát vào.
c) Chuyển hỗn hợp vào hộp đựng và đông lạnh cho đến khi cứng lại.
d) Rưới sốt sô-cô-la trước khi dùng.

93. Feijoa vỡ vụn

THÀNH PHẦN:
- 6-8 quả Feijoas, gọt vỏ và thái lát
- 1 cốc đường cát
- 1 cốc bột mì đa dụng
- 1/2 chén yến mạch cán
- 1/2 chén bơ, làm mềm
- 1 thìa cà phê quế
- Kem vani để phục vụ

HƯỚNG DẪN:

a) Làm nóng lò ở nhiệt độ 180°C.

b) Trong một cái bát, trộn feijoas và một nửa lượng đường. Đặt vào một món nướng.

c) Trong một bát khác, trộn bột mì, yến mạch, lượng đường còn lại, bơ mềm và quế cho đến khi nhuyễn.

d) Rắc hỗn hợp vụn lên trên feijoas.

e) Nướng trong 30-35 phút hoặc cho đến khi mặt trên vàng và trái cây sủi bọt.

f) Ăn nóng với một muỗng kem vani.

94. Mật ong Mānuka và bánh quả óc chó

THÀNH PHẦN:
- 1 tờ bánh ngọt làm sẵn
- 1 chén quả óc chó, xắt nhỏ
- 1/2 cốc mật ong Manuka
- 1/2 chén đường nâu
- 1/2 chén bơ, tan chảy
- 2 quả trứng, đánh bông
- Kem vani để phục vụ

HƯỚNG DẪN:

a) Làm nóng lò ở nhiệt độ 180°C.
b) Xếp một khuôn bánh tart với bánh ngọt có lớp vỏ ngắn.
c) Trong một cái bát, trộn đều quả óc chó cắt nhỏ, mật ong Mānuka, đường nâu, bơ tan chảy và trứng đánh đều.
d) Đổ hỗn hợp quả óc chó vào vỏ bánh tart.
e) Nướng trong 25-30 phút hoặc cho đến khi phần nhân chín và vàng.
f) Để nguội trước khi dùng với một muỗng kem vani.

95. Quả mâm xôi và sô cô la trắng

THÀNH PHẦN:
- 200g bơ, tan chảy
- 1 cốc sữa đặc có đường
- 250g bánh quy thường, nghiền nát
- 1 cốc dừa nạo sấy
- 1 cốc quả mâm xôi đông lạnh
- 200g sôcôla trắng, tan chảy

HƯỚNG DẪN:

a) Lót một miếng thiếc bằng giấy da.

b) Trong một cái bát, trộn đều bơ tan chảy và sữa đặc có đường.

c) Thêm bánh quy nghiền, dừa nạo sấy và quả mâm xôi đông lạnh. Trộn cho đến khi kết hợp tốt.

d) Nhấn hỗn hợp vào hộp thiếc đã chuẩn bị.

e) Rưới sô-cô-la trắng tan chảy lên trên.

f) Làm lạnh cho đến khi đông lại, sau đó cắt thành lát.

96.Bánh quy Afghanistan

THÀNH PHẦN:
- 1 cốc bơ, làm mềm
- 1/2 chén đường
- 1 1/4 chén bột mì đa dụng
- 2 thìa bột cacao
- 1 1/2 chén bánh ngô
- 1 chén dừa vụn
- 200g sô-cô-la đen để phủ lên trên
- 1/4 chén quả óc chó cắt nhỏ (tùy chọn)

HƯỚNG DẪN:

a) Làm nóng lò ở 180°C (350°F) và lót khay nướng bằng giấy nến.

b) Đánh bơ và đường cho đến khi mịn và nhạt màu.

c) Rây bột mì và bột cacao vào, sau đó cho bánh ngô và dừa vào trộn đều.

d) Đổ từng thìa hỗn hợp lên khay đã chuẩn bị và dàn phẳng một chút.

e) Nướng trong 15-20 phút hoặc cho đến khi vàng.

f) Để bánh quy nguội. Làm tan chảy sô cô la và phết lên trên mỗi chiếc bánh quy.

g) Rắc quả óc chó cắt nhỏ nếu muốn.

97. Quả Kiwi và Dâu Tây

THÀNH PHẦN:
- 1 bánh xốp, cắt khối
- 4 quả kiwi, gọt vỏ và thái lát
- 1 cốc dâu tây, thái lát
- 2 cốc sữa trứng
- 1 cốc kem tươi
- 1/2 chén hạnh nhân thái lát, nướng

HƯỚNG DẪN:

a) Trong một món ăn vặt, xếp lớp bánh xốp hình khối, lát kiwi và lát dâu tây.

b) Đổ sữa trứng lên các lớp.

c) Lặp lại các lớp cho đến khi đầy món ăn, hoàn thiện bằng một lớp kem đánh bông.

d) Phủ hạnh nhân thái lát nướng lên trên.

e) Làm lạnh trong vài giờ trước khi phục vụ.

98.Bánh Kẹo

THÀNH PHẦN:
- 150g bơ
- 1 cốc sữa đặc có đường
- 250g bánh quy mạch nha, nghiền nát
- 1 cốc dừa nạo sấy
- 1 cốc kẹo Eskimo (kẹo dẻo hương trái cây), cắt nhỏ

HƯỚNG DẪN:

a) Đun chảy bơ và sữa đặc có đường trong chảo trên lửa nhỏ.

b) Trong một tô lớn, trộn bánh quy mạch nha nghiền, dừa nạo sấy và kẹo Eskimo cắt nhỏ.

c) Đổ hỗn hợp bơ tan chảy và sữa đặc lên các nguyên liệu khô và trộn đều.

d) Nhấn hỗn hợp vào khuôn cắt lát có lót sẵn.

e) Làm lạnh cho đến khi đông lại, sau đó cắt thành lát.

99.Bánh quy Anzac

THÀNH PHẦN:
- 1 chén yến mạch cán
- 1 cốc dừa nạo sấy
- 1 cốc bột mì đa dụng
- 1 cốc đường nâu
- 125g bơ
- 2 muỗng canh xi-rô vàng
- 1/2 muỗng cà phê baking soda
- 2 muỗng canh nước sôi

HƯỚNG DẪN:

a) Làm nóng lò ở nhiệt độ 180°C.

b) Trong một tô lớn, trộn yến mạch cán, dừa nạo sấy, bột mì và đường nâu.

c) Trong chảo, làm tan chảy bơ và xi-rô vàng trên lửa nhỏ.

d) Hòa tan baking soda trong nước sôi và thêm vào hỗn hợp bơ tan chảy.

e) Đổ nguyên liệu ướt vào nguyên liệu khô và trộn đều.

f) Đổ từng thìa hỗn hợp lên khay nướng đã lót giấy nến và dàn phẳng một chút.

g) Nướng trong 15 phút hoặc cho đến khi có màu vàng nâu.

100. Bánh pudding hấp si-rô vàng

THÀNH PHẦN:
- 1 chén bột tự nâng
- 1/2 chén đường
- 1 muỗng canh bơ, tan chảy
- 1/2 cốc sữa
- 2 muỗng canh xi-rô vàng
- Mãng cầu để phục vụ

HƯỚNG DẪN:
a) Bôi mỡ vào chậu đựng bánh pudding.
b) Trong một tô, trộn đều bột mì, đường, bơ đun chảy và sữa cho đến khi hòa quyện.
c) Đổ si-rô vàng vào đáy chậu đựng bánh pudding.
d) Đổ bột lên xi-rô vàng.
e) Đậy nắp hoặc giấy bạc lên chậu và hấp trong 1,5 đến 2 giờ.
f) Ăn nóng với sữa trứng.

PHẦN KẾT LUẬN

Khi chúng tôi kết thúc hành trình của mình qua các trang của "Cuốn sách ẩm thực đường phố New Zealand đỉnh cao", chúng tôi gửi lời cảm ơn chân thành đến bạn vì đã tham gia cùng chúng tôi trong chuyến phiêu lưu thú vị này. Chúng tôi hy vọng những công thức nấu ăn này sẽ đưa bạn đến những con phố sôi động của New Zealand, cho phép bạn thưởng thức tinh hoa của món ăn đường phố Kiwi ngay tại nhà mình.

Cuốn sách này không chỉ là một bộ sưu tập các công thức nấu ăn; đó là sự tôn vinh tinh thần của văn hóa ẩm thực đường phố Kiwi—một nền văn hóa đề cao sự đa dạng, sáng tạo và niềm vui được chia sẻ những khoảnh khắc đầy hương vị với bạn bè và gia đình. Khi bạn suy ngẫm về những món ăn bạn đã chuẩn bị và hương vị bạn đã thưởng thức, chúng tôi khuyến khích bạn tiếp tục khám phá thế giới ẩm thực đường phố của New Zealand, cho dù đó là trong nhà bếp của chính bạn hay bằng cách mạo hiểm đến các chợ địa phương và lễ hội ẩm thực.

Cầu mong những kỷ niệm được tạo ra xung quanh những món ăn này cũng phong phú và đa dạng như chính hương vị của New Zealand. Cảm ơn bạn đã biến "Cuốn sách ẩm thực đường phố New Zealand đỉnh cao" trở thành một phần trong hành trình ẩm thực của bạn. Cho đến khi con đường của chúng ta lại giao nhau trong thế giới của những khám phá thú vị, nấu ăn vui vẻ và kai pai tō kai (thưởng thức đồ ăn của bạn)!

www.ingramcontent.com/pod-product-compliance
Lightning Source LLC
Chambersburg PA
CBHW071836110526
44591CB00011B/1341